AF900992

Upphækkuð jörð

Auður Ólafsdóttir

UPPHÆKKUÐ JÖRÐ

Skáldsaga

Mál og menning
Reykjavík 1998

© Auður Ólafsdóttir, 1998
Öll réttindi áskilin

Kápa: Sigurður Árni Sigurðsson
Uppsetning kápu: Guðmundur Oddur
Ljósmynd á kápu: Einar Falur Ingólfsson
Prentun: AiT Scandbook, Svíþjóð

Bók þessa má ekki afrita með neinum hætti, svo sem ljósmyndun, prentun, hljóðritun eða á annan sambærilegan hátt, að hluta eða í heild, án skriflegs leyfis höfundar og útgefanda.

ISBN 9979-3-1785-X

I

Augnablikin endast ekki líkt og þau gera í bíómyndum en þau má teygja og teygja þannig að á endanum finni hún ískaldan sjóinn vætla um hnésbæturnar, um lærin og inn á bak. Finni líkamann kólna upp og salta bleytuna volgna innan í fötunum. Þá er hún búin að liggja fimmtán mínútum of lengi í fjöruborðinu sem gerir geysimörg augnablik ef allt er talið saman. Lífið er svo miklu áhrifaríkara, miklu hrollkaldara heldur en í bíómynd. Þar er allt plat. Fyrir utan það að enginn kvikmyndaleikari með sjálfsvirðingu myndi láta sig hafa það að liggja þarna með hráblautan rass af Norður-Atlantshafssjó án þess að hafa tiltækan heilan hóp af aðstoðarmönnum handan við rofabarðið, tilbúna með varmasloppa og handklæði, krullujárn og heitt myntute.

Hún hafði ítrekað lofað því að vera ekki að þvælast niðri á bryggju á hækjunum. Gæti skriplað í slorinu og runnið út í sjó. En hún þurfti enga bryggju. Svört einkasandfjaran var langtum nærtækari, í hvarfi rétt fyrir neðan bíóið. Hún hafði komið sér upp aðferð til þess að komast í persónulegt návígi við hafið með því að vinda sig áfram á höndunum yfir hnöttótt fjörugrjótið, eins og fimleikamaður á hesti. Fæturnir fylgdu í kjölfarið, límdir saman eins og sporður á smáhveli og mynduðu einfalda rák í sandinn. Hún var urtan á útskerjum og svört sandfjaran náttúruleg heimkynni hennar.

Hún leggst niður milli tveggja steina með höfuðið á uppáhaldsstað sínum í fjörunni og lárétt samskeyti himins og hafs í sjónlínu, beint út af nafla og mjöðmum. Gulbrúnsullulegt hafið er þegar farið að sleikja tærnar sem eru rétt greinanlegar í órafjarlægð en það er ennþá langur vegur milli hugsunarinnar og hafsins.

Lyktin er sölt og römm en það veit enginn af henni nema guð sem hefur hana í daglegu sigti, í beinni skotlínu, liggjandi hér varnarlaus án skjóls með himininn og Fjallið eina slútandi yfir sér, agnarsmár depill í fjörunni, mjó og brothætt ofan frá guði séð. En hérna niðri er hún stærri en hafið því hún getur hugsað, getur þanið brjóstkassann út, og frá vissu sjónarhorni, ef hún lætur sig síga saman í öxlunum og dregur hnén að sér, getur hún vissulega fyllt út í sjóndeildarhringinn. Hún getur fyllt út í heiminn, skyggt á allt sem í honum er, jafnvel Fjallið eina, áttahundruð fjörutíu og fjóra metra fyrir ofan svarta, blauta sandfjöruna. Það getur hafið ekki gert. Það bara er. Bögglast um þungt og blautt og skortir alla yfirsýn.

Sko, þarna birtist himnasmiðurinn sjálfur í líki dúfu með átta millimetra súper kvikmyndavél á maganum að gera heimildamynd um sköpunarverk sitt. (Vitinn blikkar reglulega og slær á sviðsmyndina bleikum bjarma.) Þegar betur er að gáð reynist dúfan ekki vera dúfa á flögri milli himins og jarðar, heldur skúmur sem hnitar yfir henni hring eftir hring og nálgast hana frá ýmsum hliðum áður en hann steypir sér yfir hana eins og orustuflugvél að skotmarki sínu. Því hún hefur ekki fætur til að flýja á. Skyndileg háloftaárás. Eitthvað illa þefjandi, heitt og gargandi hvellt skellur á henni. Hún berst um, baðar út höndunum og slær frá sér þar til árásaraðilinn gefst upp. Þannig er afar mikilvægt að geta snúið aðstæðunum í lífinu sér í vil á réttu augnabliki.

Fjöruborðið er fyrir þau bæði, hana og guð. Þar mætast hennar ríki og hans ríki. Hér í þessari svörtu sandskoru ræður hún, ekki guð. Hún stjórnar atburðarásinni í fjörunni í kappi við aðfallið, hann sér um háloftin og sitt. Þannig getur hún til að mynda raðað skeljabrotum í stjörnulaga mynstur. Þannig hefði þeim aldrei skolað á land frá hendi almættisins. Hún ætlar einmitt að nota tækifærið í dag til að rabba svolítið við guð í gegnum skýjabólstrana. Undir fjögur. Ekki að þrefa eins og í gær, það er ekki til neins að suða. Mætti þó minna hann á að það er söguleg hefð fyrir guðlegum kraftaverkum.

Guð í upphæðum hlustar ekki í dag. Ekki fremur en fuglarnir sem sækja að henni. Engin eyru en sjá allt að ofan. Hún hefur fullan skilning á því þar sem hún er einmitt sjálf að æfa sig í yfirlitssamhengi þessa dagana. Í kvöld ætlar hún að byrja að halda dagbók yfir sigra sína og það sem hefur rekið á fjörur hennar.

Hún teflir lífi sínu í tvísýnu meðan Nína skrælir kartöflurnar. Er áhættufíkill, þótt menn álíti ef til vill annað þar sem þeir sjá hana skakklappast um á hækjunum.

Hún finnur hvernig fæturnir dofna upp meðan hún setur augnablikin upp sem talnadæmi á hvítflekkóttum grunni himinsins og bíður þess að bleytan nái herðablöðunum. Þá eru síðustu forvöð að velta sér á magann og vinda sig áfram yfir stórgrýtið að klöppinni þar sem hún hefur skilið eftir hækjurnar.

Hún fiskar bréfið upp úr sjóblautum vasanum, rúllar því saman og treður niður stútinn á flöskunni, sáldrar svolitlum svörtum sandi um opið og setur tappann í. Við þarnæstu öldu losnar flaskan, leggst á hliðina og rúllar niður í gula froðuna, rétt handan við er mikið djúp þar sem öldurnar kútveltast fram og til baka.

Það er tími til að fara í síðustu flugferðina í huganum yfir svæðið. Hún hefur sig hægt á loft eins og björgunarþyrla í leit að týndri stelpu í fjörunni. Það hangir maður hálfur út úr þyrlunni með gjallarhorn og hrópar: „Það er matur, Ágústína, steiktur hlýri og rabbabaragrautur með rjóma í eftirrétt.“

II

Rabbabarinn spratt umhirðu- og átölulaust í garðinum, samur og áþekkur á hverju sumri og varla nokkur jörð til að fóstra hann í grasigróinni skriðunni. Þarna á sextugustu og sjöttu breiddargráðu norðurs og í tvöhundruð metra hæð yfir sjávarmáli náði hann sextíu sentímetra hæð í ágústmánuði, aðaluppskerumánuði rabbabarans á eyjunni. Það var sú hæð sem nægði til að hylja tvo nakta, útafliggjandi líkama. Hún hafði reynt það á sjálfri sér. Að sitja í garðinum miðjum, láta sig síðan síga hægt niður á bakið inn í myrkviði rabbabaraskógar, milli stinnra leggjanna og sjá æðaþrútin blöðin leggjast saman yfir sér og himininn verða mjólkurhvíta rönd og loks myndu kálblöðin snertast og umheimurinn lokast. Smokra síðan dimmrauðum flauelsbuxunum niður og finna kalt og slepjulegt blað við mjóbakið neðanvert og lykt af heitri mold og gæsahúðina hríslast upp í hnakkagróf. Þannig var það. Já, þannig hafði það verið.

Hún hafði orðið til fyrir augnablikstilviljun, ófyrirsjáanlega augnablikstilviljun í fjórða kvenlegg og hafði rökstuddan grun um að hún hefði verið getin í þessum fáránlega rabbabaragarði sem enginn hirti um að rækta né hirða úr, enda á óskiljanlegum stað mitt í snarbrattri hlíð Fjallsins eina, langt fyrir ofan öll skynsamleg garða- og lóðamörk bæjarins. Um mitt sumar myndaði garðurinn þó snyrtilegan ferhyrndan rauðglansandi reit með grænum toppi og hélt sér reisulegum fram í fyrstu lægðir haustsins.

Móðir hennar fæddist þegar amma hennar taldi sig komna úr barneign, hún var þá fjörutíu og átta ára og hafði aldrei eignast barn. Amma hennar var þrettánda barn langömmu hennar af sextán. Langamma hennar, sem starfaði sem ljósmóðir í fjörutíu ár og tók á móti börnum í átta hreppum og var sögð hafa sloppið lifandi úr snjóflóði þegar hún var komin á áttunda mánuð, var, svo sem tiltekið er í ljósmæðraþáttum, lítið gefin fyrir börn. Hún sjálf, Ágústína, einkabarn móður sinnar, var af fjórðu kynslóð kvenna í fjölskyldunni sem komið hafði í heiminn án þess að lögð hefðu verið markviss drög að henni í upphafi.

Það hafði kostað hana mikla útsjónarsemi og orkuútlát að bögglast þangað upp eftir í rigningunni einsömul á hækjunum, meira að segja fuglinn hafði snúið við.

Þegar hún krýpur niður í garðinum miðjum sést hún ekki frá mysingsgula húsinu með turninum og engan þarf að gruna neitt. Hún getur legið á bakinu og reykt eina í friði og blásið reyknum frá sér í mjóum strók upp í gegnum kálið og þarf ekki að óttast truflun fyrr en líða tekur á uppskerutímann að nokkrum dögum liðnum. Gat bara valið sér hráblautt útsýni á veruleikann að hentugleikum á meðan og lagt niður fyrir sér framhaldið. Ef hún liggur með hausinn niðrímóti getur hún rammað inn sneið af Fjallinu eina, til að mynda tekið moldugan toppinn, eða hún getur ákveðið að hafa bara hálfan, blautan fugl inni í rammanum með blágrænsvart hafið í bakgrunni. Skorið þannig af vankanta sköpunarverksins eftir hentugleikum, væng hér og væng þar, lappir hér og lappir þar. Eða, með því að blimskakka augunum fáeina millímetra upp á við, einbeitt sér að grárri, gegnsósa skýjabreiðunni. Í þeirri stöðu rann rigningin afdráttarlaust af kinnbeinunum og inn í eyrun svo náttúran missti smám saman upprunalegan hljóminn og varð að stíflu í skynfærum, þrýstingi á gagnaugu og suði í heila.

Það hefur stytt upp og hún dregur bréfið úr rassvasanum og hristir velkta ljósmyndina varlega innan úr því. Það er fúkkalykt af umslaginu og skriftin er víða klesst.

Rakinn er nánast óbærilegur hérna rétt við skógarþykknið. Og hitinn eftir því. Næturnar bjarga manni. Þá uppsker maður laun erfiðisins. Við félagi minn, breskur líffræðingur, sátum við vatnið langt fram á nótt og drukkum bananalíkjör. Sá sem hefur séð vatn iða af

krókódílum í fullu tungli verður ekki samur eftir. Mér datt í hug að þú vildir eiga ljósmyndina. Hún er svotil jafn gömul þér. Fann hana innan um gamla pappíra. Ég frétti að þú værir flutt í turninn. Er það ekki heldur mikil áhætta? Við höldum lengra inn í regnskóginn í næstu viku.
Kysstu Nínu frá mér. Ástarkveðjur.
Þín mamma.

Það fer ekki á milli mála að myndin er tekin þegar garðurinn er í blóma líkt og núna. Þau sitja hlið við hlið og snúa baki við golgrænum sjónum (myndin er í litum) og eyjunum tveimur og það er bátur úti við sjónarrönd að koma inn úr þokunni, eflaust með hlýra. Kartöflugrös eru fallin í efstu görðum bæjarins enda komið fram yfir miðjan ágúst sem þýðir næturfrost, bleikt lyng og kapphlaup með tínurnar í hlíðinni fyrir þá sem nenna að leggja sig eftir slíku. Myndin er líklega tekin með sjálfstýringu á ljósmyndavél móður hennar, hún var svolítið að taka myndir á sumrin á þeim tíma, mest af mófuglum og hreiðrum. Það eru greinilegir daggardropar á kálblöðunum, en ómögulegt að segja til um af látbragði persónanna tveggja hvort myndin er tekin fyrir eða eftir getnað hennar.

Móðir hennar situr teinrétt í hnepptri, útprjónaðri peysu, eflaust handbragð Nínu, og horfir beint framan í myndavélina en faðir hennar horfir fyrir sitt leyti beint niður í gróðurmoldina. Það er líkt og hann ætli að líta til konunnar við hlið sér en myndin er líklega tekin of fljótt, þannig að ekki sést hvernig augu hans eru á litinn. Enda þarf þess ekki, hún hefur erft augun hans. Það hefur klippst neðan af fótum föður hennar en hann hefur yfir sér yfirbragð hávaxins manns. Myndin er örlítið hreyfð þar sem móðir hennar hefur ætlað sér að draga pilsið niður fyrir hné en ekki náð því í tæka tíð. Það er eins og henni sé kalt. Auðvitað er kaldhæðnislegt að hún skuli hafa þessi fallegu hné frá móður sinni og vera með ónothæfar lappir. Þannig getur hún setið í garðinum miðjum með myndina og virt fyrir sér í hið óendanlega augnablikið frá því rétt áður eða rétt eftir að hún varð til. Skrítið, þessu hafði hún ekki tekið eftir áður þótt hún héldi sig vera búna að grannskoða myndina. Þau hafa fléttað fingrum saman alveg niðri við ormamjúka gróðurmoldina.

Kannski þær myndu þrátt fyrir ofgnótt rabbabara í eigin görðum, koma upp í garð, konurnar með svunturnar sínar og beitta búrhnífa, að sníða sér nokkra væna, dumbrauða og glansandi leggi, bregða bandi utan um og bera inn í flísalögð eldhúsin. Þær myndu saxa þennan sjálfsprottna sultuávöxt niður á báðar hendur og skilja aðeins eftir stubbana, þar til þær væru komnar út í miðjan garð, þar sem hún lægi í athvarfinu sínu, þá myndu þær nema staðar og undrast að finna unga stúlku liggjandi í miðjum garðinum. Nei, kannski myndu þær láta staðar numið rétt áður en þær kæmu að henni af því að þær væru komnar með nóg föng og nóg að bera og nóg til að sulta niður í kvöld og kæmu því aftur á morgun. Eða þær kæmu ekki aftur á morgun af því að engin kona á eyjunni náði að sulta niður allan þann rabbabara sem spratt í garðinum hennar. Þær áttu hreinlega ekki nægar krukkur og þótt þær notuðu rabbabarasultu milli laga á allar tertur árið um kring og ofan á síðdegisbrauðið og með lambasteik, þá voru þær fljótt komnar með vetrarbirgðir af sætmullunni. Þær létu því helminginn af garðinum vera og kæmu ekki aftur fyrr en að ári.

Þá yrði hún eftir hér uppfrá. Hún myndi gleymast. Það myndi snjóa yfir hana. Hvað skyldi hafa orðið af henni Ágústínu? Og það yrði leitað niðri við höfn, í bátunum og fjaran gengin en engum myndi detta í hug að leita uppi í garði, þar sem hún hafði orðið til. Engan grunaði að hún væri að leita upprunans, að grafast fyrir um rætur sínar í myrkviðum rabbabaraskógarins.

III

Í átta kíló af rabbabara þurfti átta kíló af sykri. Sykurmagnið gat þó verið breytilegt frá konu til konu. Yfirleitt var það þó yfrið nóg. Aðeins ein aðflutt kona í bænum dró verulega úr sykurmagninu, allt að tvöhundruð og fimmtíu grömmum í hvert kíló af rabbabara, auk þess sem hún grófsaxaði leggina og sauð sultuna skemur svo framleiðsla hennar þótti gróflega súr. Sérhver kona lagði sig fram um að þróa eigið persónulegt tilbrigði við uppskriftina. Nína líka. Sykurmagn, suðutími, grófleiki og stærð bita, áferð, litur; allt var háð persónuleika, hugarflugi, skapgerð og tíma hverrar konu. Suðutíminn var frá einni klukkustund til þess að sírópið væri látið malla á hellunni heilan dag og jafnvel fram á þann næsta. Þá var breytilegt hversu lengi sultan var látin standa í pottinum á hellunni eftir að hún var tilbúin, stundum þurfti jafnvel að höggva sér leið með ausunni undir glerharða skánina til að komast niður í leirmjúkan löginn.

Allar konur í bænum gáfu nágrannakonum sínum rabbabara í áliðnum ágústmánuði. Þær töldu saman fimmtán, tuttugu leggi, bæði rauða og væna og nokkra mjóa og hvítleita að setja með innst í miðið, vöfðu bandi utan um og síðan var barnið í húsinu sent af stað með knippið til að leggja á tröppurnar við útidyrahurð nágrannans með kveðju. Og ekkert að vera að láta bjóða þér inn, var sagt.

Stundum var bara hringt og hlaupið strax í burtu áður en komið var til dyra, líkt og þegar ungabarn í reifum var skilið eftir við dyr vandalausra. Eftir nokkra stund voru dyrnar opnaðar, stundum kom maðurinn út ef hann var í landi en þó oftast konan og leit með spurnarsvip niður eftir götunni, þá út á sjó og jafnvel upp í fjall, eins og til að kanna í leiðinni hversu hátt krakkarnir sem ókomnir voru heim í skyrsúpuna hefðu hætt sér upp í bláberjarauða hlíðina. Þá loks snöggt yfir í nágrannagluggann þaðan sem sendingin kom. Látbragðið var æft eins og á leiksviði. Í þann mund sem hún ætlaði að snúa aftur inn, varð henni litið á knippið á dyrapallinum og gleðisvipur breiddist yfir andlitið. Það var þriðja sendingin þann morguninn.

Er stödd í síðustu borginni í bili að ná í vistir, döðlur, soðbrauð, baunir, rauðrófur, hunangskökur, myntulauf, appelsínur, sveskjur og nota tímann til að senda þér nokkrar línur. Hér er allt á iði, ekki beinlínis hávaði, enda engin vélknúin farartæki innan borgarmúranna, en mikið um hvers kyns hljóðlausar snertingar í rauðbrúnu myrkrinu, tog, pat, klapp og strokur. Það er stórkostleg reynsla að vera mállaus á tungu innfæddra og skilja ekki neitt. Sem betur fer þarf ég ekki að sjá um samninga. Framundan eru gresjur, endalausar víðáttur og eyðimerkur. Þú mátt eiga kíkinn ef þú finnur hann.

Sjálf var hún talsvert í að afhausa súruna á stéttinni við öskutunnurnar og var verkið ljúft, það sást á handbragðinu. Hjó snöggt efst á hálsinn með flugbeittum hnífnum svo kálblaðið þeyttist af í fyrsta án þess að stálið snerti jörðina. Það eina sem þurfti var einbeiting og rétt tækni. Hún var efni í góða skyttu, sagði Vermundur á verkstæðinu og smokraði rifflinum lengra út í skotið bakvið verkstæðishurðina.

– Ekki vildi ég mæta þér í einrúmi í þvílíkum ham með þennan líka spegilglampa í augunum.

Augunum sem áttu sér enga fyrirmynd í náungafrændgarði bæjarins, þar sem allir voru meira og minna skyldir, að minnsta kosti í þriðja eða fjórða, bakdyramegin ef ekki vildi öðruvísi til. Meira að segja Vermundur var skyldur henni eftir krókaleiðum. Sjálf var hún aðkomumanneskja í dökkum augunum úr hinni ættinni.

– Nei, ekki vildi ég mæta þér einni á gæs á heiðinni, liggjandi bakvið stein með riffilinn og jöklapokann vafinn um fæturna. Það er af og frá að þú fáir riffilinn lánaðan eins og þú hefur verið að þrefa um.

Þegar horft er til þess að einn rabbabaraleggur gat vegið sex hundruð grömm, gat verið drjúgt fyrir barn að rogast með knippið. Sex kílóa sendingar milli húsa tíðkuðust mest. Hún var undanskilin fótanna vegna. Fór ekki í þess konar sendiferðir fyrir Nínu eða neinn. Utan einu sinni í næsta hús. Það var hádegi og rifa á útidyrahurðinni og snarbrattur stigi upp á loft. Maðurinn sneri baki í hana á stigapallinum og var að hysja upp um sig brúndröfnóttar buxurnar. Axlaböndin lágu niðri og það var töluverð ló á tveimur hálfum rasskinnum. Hún kallaði upp og sagðist komin með sendingu. Konan snaraðist niður framhjá manninum í undirkjól og töfflum með sína hvora saftflöskuna undir handarkrikunum og rétti henni í skiptum. Maðurinn sneri sér við og brosti til hennar. Gult bindið dinglaði eins og pendúll niður í skaut hans. Hún hafði ekki þekkt hann að aftan, hann Vermund frænda í fjórða og fimmta.

– Þú kíkir við hjá mér á verkstæðinu á morgun, sagði hann við hana, ég þarf að sýna þér dálítið. Og nefnir það ekki nauðsynlega við neinn þótt ég hafi verið að hjálpa henni Lovísu með stíflaðan vaskinn.

Nokkrum dögum síðar hófust sendingar á sultukrukkum á milli húsa og næstu haustvikur fór fram samanburður á framleiðslunni. Í febrúar var innihaldið í gjafakrukkunum yfirleitt farið að mygla í hillum og í maí voru þær hreinsaðar upp úr saltvatni og látnar bíða næstu uppskeru á vísum stað.

IV

Á miðju stofugólfinu standa sex saumavélar í röðum, tvær og tvær saman. Nína er að undirbúa sig fyrir námskeiðshaldið um kvöldið. Þá sitja þær, konurnar álútar og ákafar á brjóstahöldum og svörtum og brúnum sokkabuxum í upplýstri stofunni við saumavélarnar og tekur því ekki að klæða sig á milli mátana. Klukkan tíu fjörutíu og fimm sækja mennirnir þær fullklæddar. Flestar eru að sauma á sig hlébarðatoppa úr hlýraroði og plíscruð síðpils fyrir frumsýningu leikfélagsins, ein saumar feikilangt brúðarslör. Síðast höfðu þrjár vélar tekið upp á því að sikksakka eingöngu, það gekk ekki á brúðarslöri og ekki náðist í Vermund til að bregðast tímanlega við vandanum.

– Mamma þín þurfti að fara aftur í rannsóknirnar þegar hún var búin að koma þér í heiminn.

Nína sáldrar hveiti á borðið og hvolfir deighrærunni úr skálinni. Hún er með sokkana niðurrúllaða í inniskónum og víða sést í bláar æðar undan pilsinu.

Flestir myndu láta ástarpunga með rúsínum nægja en Nína býður upp á tertur líka með kaffinu um kvöldið, jafnvel þótt hún hafi sáralítið upp úr námskeiðinu og þakið þarfnist bráðrar viðgerðar, flögur eigi það til að losna úr gifsrósinni í loftinu og sáldrast ofan í brjóstahöld kvennanna á hálfnuðum námskeiðum og þær hafi nýlega þurft að flytja bókasafnið inn á bað vegna lekans.

Þegar hún kemur niður í afgangana eftir að konurnar eru farnar heim með hlébarðatoppana og hálffaldað brúðarslörið er ennþá mylsna á vaxdúknum og sjö bollar, margir hankalausir, á hvolfi á gulum ofninum og víða mjóir, brúnir taumar niður frá börmunum.

– Hver hefði trúað því á ógifta konu á mínum aldri að fara að taka þig að sér, svona smáa og veikburða. Nína lætur ástarpungana síga hægt af spaðanum, ofan í sjóðandi feitina.

Hún situr á stól með útsaumuðum rósum á tekkörmunum og með hendur og höfuð hangandi niður. Það er ekki samhverft mynstrið á slitnu teppinu, mætti ætla að pressaðir kattarfeldir hafi verið þræddir saman á jöðrunum. Frá þessu sjónarhorni hangir toppur Fjallsins eina niður í himininn og skýin. Dinglar þar kæruleysislega á bláum himnastrigangum, innrammaður í lafandi blóm fússíunnar í eldhúsglugganum og fjóluyrjótta gardínuræmu. Hálfmótuð ský og flugvél sem kemur á hvolfi undan skýi og hverfur undir annað (það eru skellir í mótornum), eru á hraðferð yfir sviðið. Ef hún heldur þessari stöðu til streitu fer ekki að líða á löngu þar til rollur og ýmislegt lauslegt í hlíðum Fjallsins eina hrynur niður í dúnmjúkan skýjabakkann. Það er vissulega undir henni komið hversu margar skepnur falla fyrir björg meðan hún burstar hárið hægt niður, fimmtíu strokur daglega, með svörtum hárburstanum svo eyrun fyllast smám saman, ekki af hljóðum heldur af heitu blóði og nýjum hugsunum og sjaldgæfum orðum.

– Mörgum finnst merkilegt, segir Nína, að jafn hámenntuð og glæsileg kona og hún móðir þín skuli ekki vera búin að festa ráð sitt eftir öll þessi ár.

Auðvitað hefði ég viljað hafa margt öðruvísi. Það sem á að vera til bráðabirgða hefur tilhneigingu til að vara. Mér finnst ég hafa verið að skola sápuna úr hárinu á þér í balanum í gær en einhvern veginn hefur teygst úr tímanum. En eins og þeir segja hérna í eyðimörkinni; tíminn er sandur, og maður verður að reyna að hugsa eins og þeir. Hvað um það, Nína er stórkostleg kona. Kossar.

Nína hafði fengið að ráða nafninu. Hún var þá stödd í Rómverjunum á áralangri yfirferð sinni yfir heimssöguna. Ágústus, hinn upphafni, Rómaveldiskeisari, var um margt merkilegur stjórnmálamaður, sagði hún, þótt hann hafi eflaust verið þráhyggjumaður. Það gaf honum aukið gildi að hafa verið samtímamaður Krists og fengið að vera uppi beggja vegna við árið núll, verið bæði plús og mínus maður.

– Hann var að flestu leyti smekkmaður, greindur og aðgætinn. Tölur og útreikningar voru honum hugleikin, eins og þér, alveg hreint eins og þér. Þú þarft bara að læra að halda þig við stærðfræðibókina og skálda svo þínar eigin leiðir í náttúrunni þar fyrir utan. Ég geri engar athugasemdir við það þótt þú sért að láta þig hverfa upp í garð, hins vegar vil ég ekki að þú farir niður í báta.

Hún fékk snemma tilfinningu fyrir sérstöðu sinni í veröldinni. Ekki bara vegna fótanna heldur vegna myndanna sem hrúgast stjórnlaust upp í huganum, eða gerðu það þar til hún fór að aga þær og læra að breyta myndum í orð og byggja úr heilu turnana. Þannig breytast myndafjöll í orðafjöll í mörgum lögum. Neðsta lagið hefur flest orð, annars hrynur turninn. Það er eins með neðsta lagið í orðafjöllunum og neðri lögin á tertunum hjá Nínu, það þarf að hlaða meira í þau, fylla af niðursoðnum ávöxtum og súkkulaðibitum og setja mestan rjóma.

Næsta lag hefur færri orð, annars hallast orðaturninn. Efsta lagið hefur aðeins eitt orð, annars er turninn ekki turn. Efsta orðið er oftast þýðingarmest og tekur mestan tíma að hugsa og hagræða. Án þess hefur það sem fyrir neðan er ekki merkingu. Á tímabili var hún aðallega með átta orð neðst en turnarnir urðu smám saman hærri og flóknari. Það kom fyrir að neðsta lagið samanstóð af tugum orða, þar sem hvert um sig hafði allt að fjóra samliggjandi samhljóða. Mikilvægi orðaturnanna fór þó ekki eftir hæð. Fyrsti orðaturninn sem var um móður hennar og var orðinn margra ára gamall var að hennar mati einn sá þýðingarmesti.

Núorðið skrifast þær á reglulega, stundum bara nokkrar línur, stundum fleiri síður. Þegar hún var að byrja að skrifa sendi hún henni oft orðaturna. Stundum fékk hún engin bréf mánuðum saman, fyrr en einn þriðjudaginn, oft í hríðarbyl, að sjö brakandi þunn og rykug umslög duttu inn um bréfalúguna, hvert um sig frímerkt með bleikum flamingófugli.

Hvað ég sakna þín undir þessu tungli svona glannalega stóru og nálægu, liggjandi á bakinu yfir mér og flóðhestunum sem eru á beit í myrkrinu hérna skammt frá. Ótrúlegt að þetta skuli líka vera þitt tungl. Ég vildi að ég gæti stungið tánum inn í ísskáp fullan af ljósi, eins og maður gerði á hótelinu í Kimbalú. Þannig má maður ekki hugsa. Maður fær svo margt annað í staðinn. Þakka þér fyrir frásögnina af álftinni með gervisendinn sem gerði stuttan stans í fjorunni.

– Þetta var voðalega stutt samband hjá foreldrum þínum, ekki nema fjórir eða fimm ágústdagar í allt á meðan gert var við skipið. Þau sáust leiðast upp fyrir bæinn. Hún með myndavélina um hálsinn enda var áhugi hennar á hegðun farfugla löngu kviknaður og hún var talsvert að mynda þá hér heima í fríum. Sjálf var hún eins og einn af þeim, kom heim á vorin og tók sig aftur upp á haustin um leið og þeir, alltaf að læra.

Hún man geysilega langt aftur. Það nægir að líkaminn strjúkist við eitthvað blautt og slímugt og hann man mynd, jafnvel brot úr setningu. En stundum man hún ekki nógu lengi það sem hefur nýlega gerst eða man annað sem fólk yfirleitt gleymir. Minni hennar á smáatriði og það sem skiptir ekki máli er óeðlilegt. Hún gætir þess samt að segja ekki allt sem hún man svo hún særi ekki Nínu að óþörfu.

– Guði sé lof að þú kannt að greina úr lífinu það sem máli skiptir, barn, skilja kjarnann frá hisminu. Maður á ekki að eyða lífinu í að hlusta á fólk sem hefur ekkert fram að færa. Þannig fær maður tóm til að hugsa, til að rækta sinn hugarlund, sinn innri mann.

Eða þá hún man hlutina ekki í réttri röð. Það er ekki normalt.

– Hver segir að hlutirnir eigi að vera í réttri röð? Fyrir það fyrsta værir þú ekki til ef móðir þín hefði framkvæmt hlutina í réttri röð.

Það vantar stundum orð í hugsanir hennar. Stundum eru þar eintómar myndir. Og engin orð sem passa við myndirnar.

– Það er gott að fara sparlega með orð. Þannig mættu fleiri gera; loka eyrunum fyrir tuði og nota augun betur.

Svo hugsar hún of oft annað þegar hún á að vera að hugsa hitt. Gleymir að setja í samhengi, að horfa til heildarinnar, eins og sagt er við hana í skólanum. Það er vegna þess að hún kemst aldrei nógu langt í burtu frá hlutunum. Til þess að öðlast yfirsýn þarf að komast virkilega hátt upp. Hæsti punkturinn í byggðarlaginu er toppur Fjallsins eina í átta hundruð fjörutíu og fjögurra metra hæð fyrir ofan svarta sandfjöruna. Þangað upp er ferðinni heitið.

– Ósköp er þetta þykkt og mikið hár.

Hún gleymir stundum smáorðum. Smáorð skipta gífurlega miklu máli. Án þeirra hrynur orðaturninn, án þeirra er tungumálið ekki tungumál. Það dettur í sundur, svo mikið er víst og eftir standa aðeins myndir eins og í upphafi.

– Það má mikið vera ef það má ekki fækka þeim eitthvað. Fólk hangir í smáorðum þegar það hefur ekkert að segja og lætur sem það sé að hugsa sig um; hangir í semum og ogum og skoum lon og don, bókstaflega fer ekki úr þeim. Þegar menn hanga í smáorðum þá veit maður að það er verið að fela skort á frumlegri hugsun eða heiðarleika, ég myndi til dæmis aldrei kjósa stjórnmálamann sem þarf að hugsa sig um á kostnað smáorða. Auk þess má finna heilu ljóðin þar sem nánast eru engin smáorð. Hvað notaði Kristur mörg smáorð til að frelsa heiminn? Sárafá.

– Ég er að hugsa um að klífa Fjallið eina í vor.

– Þá vantar þig góða gönguskó. Nína hefur lokið við að smyrja bleikri glassúr yfir efsta lag tertunnar og er tekin til við að roðfletta hlýrann. Hún tekur hann sporðmegin, sker mjóa rauf í hvítt kjötið rétt við bláendann á sporðinum og dregur blettótt roðið af með snöggri sveiflu.

– Hvað segirðu um að skreppa með mér upp í kirkjugarð til að snyrta svolítið og líta eftir hjá fólkinu þínu þegar þú ert búin að æfa þig á óbóið? Ég steiki fiskibollurnar á meðan. Við tökum því rólega og styðjum hvor aðra upp gilið. Þú getur litið á það sem æfingu fyrir Fjallið eina næsta vor.

V

Í dálítilli hvilft, tvöhundruð metrum fyrir ofan rabbabaragarðinn, líkt og skorinn inn í hlíð Fjallsins eina, var kirkjugarðurinn. Í mestri hæð yfir sjávarmáli allra kirkjugarða á eyjunni og hæfilega umfangsvíður fyrir bæjarfélag í vexti. Þó var farið að þétta grafirnar í seinni tíð og banna plássfrek runnahekk. Fólk hafði verið að prófa sig áfram með ýmsar tegundir á leiðunum til að fá skjól fyrir norðanáttinni, svo sem smávaxin limgerði, birki, reynivið og ribs sem samanlagt mynduðu vísi að skrúðgarði á skóglausri eyjunni. Austan megin var lyngmói inn á heiði. Yfir öllu slútti Fjallið eina, átta hundruð fjörutíu og fjórir metrar úr svartri sandfjörunni.

Jafnvel þótt greina mætti krossa nyrstu leiðanna neðan úr bænum, virtist garðurinn ávallt koma ókunnum ferðalöngum á óvart. Á stjörnubjörtum haustkvöldum heyrðust skothvellir frá rjúpnaskyttunum ofan af heiði og morguninn eftir voru sum leiðin blóði og fiðri drifin. Granítið virtist bera höglin vel en sandsteinninn miklu síður. Með tímanum lærðist rjúpunum að halda sig fremur í nánd við sandsteininn.

Valtarasveit kirkjugarða lýðveldisins hafði þetta sumar farið um og upprætt þúfur og sérvitringslegar og óviðeigandi trjátegundir á borð við grátvíði og litmjúkar dauðarósir, afskornar í koparvösum. Vasarnir áttu það til að hverfa og stökkar rósirnar að fjúka út á fjörðinn. Kirkjugarðurinn var opinn út á sjó að vestan, þverhnípt fram af snösinni, en nú stóð til að girða hann af. Í eina tíð hafði allur bærinn fylgst með líkfylgdinni sniðskera hlíðina upp frá kirkjunni. Nú var farið akandi upp með heiðinni sömu leið og þegar fé var sótt inn á heiði um berjatímann og síðan bakkað með farminn inn í garðinn.

Stysta leiðin fótgangandi upp í kirkjugarðinn úr efstu götu bæjarins, þar sem turnhús þeirra Nínu stóð, lá upp skriðuna fram með rabbabaragarðinum.

Það var löng leið fyrir manneskju í hennar ásigkomulagi að klöngrast upp í kirkjugarð. Hins vegar yrði það óneitanlega talsverður áfangasigur að komast þangað upp á eigin spýtur. Þá var bara Fjallið eina eftir.

Síðustu metrarnir í mölinni og mosanum voru erfiðastir þótt þær hvíldu sig oft og Nína hvetti hana óspart og segði henni sögur af framliðnum ættingjum í móðurætt. Ýmislegt var málum blandið í þeim efnum þar sem margir í ættarreitnum voru sannanlega rangt feðraðir. Þá var hefð fyrir því að útlendingar kæmu við sögu í allt að fimmtungi getnaða í fjölskyldunni.

Hún lét sig falla niður á fyrsta grasi gróna leiðið þegar komið var inn fyrir sáluhliðið. Grasið var ennþá grænt, en það var stökkt viðkomu og héla á því þrátt fyrir haustsólina. Sú sem hvíldi í gröfinni undir henni hafði dáið á þrettánda afmælisdegi sínum. Hún sá það hins vegar í hendi sér að hún væri orðin fjörgömul nú, hefði hún lifað.

Á meðan Nína rakar saman sölnuðum sumarblómum fær hún sér jógúrt og rótar í moldinni með tveimur fingrum í leit að síðsumarsmöðkum. Komin með átta í silungsveiðina, svo feita að hæglega má hluta niður í sextán, hvort sem er langsum eða þversum þegar hún tekur eftir því að eitthvað hreyfist innan í belgvíðri, flosgrænni vírrúllu í norðurhorni garðsins. Berst þar um innilokað. Fjaðrablik út um gat á vírrúllu. Klárar úr jógúrtdollunni, setur iðandi maðkana ofan í leifarnar og fylgist nokkra stund með tilvistarstríði fuglsins, áður en hún gerir Nínu viðvart. Annar vængurinn er sýnilega brotinn aftur, en samt berst fuglinn látlaust um.

Nína gekk rösklega til verks. Eftir að hafa rakið vírdregilinn yfir þrjú leiði og opna gröf suður garðinn mót hádegissólinni var hálsinn og annar vængurinn kominn í gegnum opið og skelkaður fuglinn að stillast. Það var greinilega lóa. Einni gröf sunnar veltur fuglinn niður í grasið eins og brúndröfnóttur lopavettlingur fullur af snjó eða smásteinum; bögglast síðan á fætur, hoppar nokkrum sinnum vængstýfður upp og niður á staðnum, síðan, líkt og maður í pokahlaupi, leiði af leiði í áttina að heiðinni.

– Ég ætla að taka mynd af þér áður en við förum, þar sem þú stendur uppi hækjulaus og óstudd með fjörðinn og eyjarnar í baksýn. Með smálagni mætti ná turninum með.

Nína tók yfirleitt eina tólf mynda filmu af henni á ári sem sett var í framköllun á vorin og gaf sér góðan tíma við hverja mynd. Hún stillti henni upp fyrir miðju sáluhliðinu og kuldinn frá járninu hríslaðist upp í gegnum fingurgómana inn í ermarnar á gulri akrýlpeysunni og um líkamann á meðan Nína athafnaði sig í leit að réttu sjónarhorni. Hún var næstum búin að gleyma hvítri ormakösinni í jógúrtdollunni á leiðinu, laglegt það.

– Fæstir horfa nokkurn tímann á það sem er á milli hluta og raunverulega tengir þá saman, sagði Nína, hvernig bilið er oftast stærra en hitt og ræður því hvernig hluturinn er í laginu. Tökum sjóinn og eyjarnar til dæmis. Þegar að er gáð liggja mestu möguleikarnir í millibilinu. Ef þú lærir að sjá það sem aðrir sjá ekki, til dæmis millibilin, þá kemur þér aldrei til með að leiðast verulega.

– Þú átt við að það sem gerist skipti ekki bara máli heldur líka það sem gerist ekki?

– Einmitt.

– Líkt og það er oft pínulítið af öðru í hinu og öfugt?

– Akkúrat.

Hún var við það að falla en reyndi að rétta sig af með því að hvessa augun á snigillaga víravirkið í krossinum sem var næstur henni. Sex hvítar álftir tóku sig upp af mýrinni inni við flugvöll og flugu austur yfir bæinn. Það var svo mikið logn að fuglarnir voru næstum kyrrir á fluginu, já, einmitt sex kyrrstæðir svanahálsar í bilinu á milli Pósts og síma og sláturhússins á svarthvítri myndinni.

– Svona já. Hallaðu þér upp að hliðinu. Við látum taka aukakópíu og sendum utan.

VI

Turninn setti óneitanlega sérkennilegan svip á húsið. Uppruni hans var óljós og sömuleiðis hagnýtt gildi. Þá var lillableikur litur hans í sérkennilegri mótsögn við mysingsgult húsið. Samt lét hún sig hafa það, jafn svimandi lofthrædd og hún var, að klífa brattan stigann til að eiga sér herbergi með útsýni til allra átta, yfir silfurglitrandi bárujárnsþökin eftir nýafstaðna skúrina, upp í fjall og út í kirkjuturn, hinn turninn í bænum, jafnvel þótt hún þyrfti að skríða upp slitinn línóleumdúkinn á fjórum fótum, tuttugu og fjögur þrep í allt. Útsýni upp á tólf sjómílur á haf út var forsenda góðrar yfirsýnar yfir svið þess sem myndi eiga sér stað.

Hún var löngu búin að fínkemba bókaskápinn, alls sexhundruð fjörutíu og tvær bækur ef tvö bindi ljósmæðratals voru talin sem tvær bækur. Um það leyti sem hún varð læs sjálf var sagan af brúðudrengnum sem vann hetjudáðir á spýtulöppunum sínum uppáhaldssaga hennar. Einkum fyrri hlutinn áður en fætur hans lifnuðu við. Brennandi áhugi hennar á lifandi brúðunni með sérkennilega látbragðinu sem gamli maðurinn strauk blíðlega og kallaði tréhaus litla, spurðist út og menn í söluferðum með fisk fóru að kaupa handa henni ævintýrið í útlöndum. Söguna af stráknum sem var nærri því eins og venjulegur drengur, þótt hann væri ekkert nema spýtur og þræðir í fyrstu, og gamla manninum, skapara hans, sem kippti í þræðina á réttum örlagaríkum augnablikum í lífi hans, átti hún til í ýmsum útgáfum og á fjórtán tungumálum þegar hún var á sjötta ári.

Spóalegg kallaði Nína hana, þegar hún klöngraðist upp úr djúpu baðkarinu í kjallaranum, spýtustelpa, sögðu krakkarnir, það gerðu spelkurnar og stafirnir sem áttu það til að hverfa og finnast úti í kartöflugarði. Gosi glímdi við svipuð vandamál og hún, þau voru bandamenn. Hann var bróðirinn sem hún hafði aldrei eignast, strákur sem gleymdi líka því sem hann átti að muna. Hins vegar minntist hún þess ekki sérstaklega að hann myndi eftir því sem hann átti ekki að muna, líkt og hún. Eða tæki eftir því sem hann átti ekki að taka eftir. Hann gat ekki staðist orð sem höfðu töframátt. Hún gat staðist alls kyns orð þótt hana vantaði oft rétt orð í hugsanaeyður myndanna. Að ýmsu öðru leyti voru þau líka ólík. Það leiddi til þess að leiðir skildu með þeim áður en árið var liðið, hann var ótrúlega grunnhygginn, var tréhaus, hún var spýtustelpa spóaleggur. Skammstafað s. s. Þín s. s. skrifaði hún undir fyrsta bréfið til útlanda.

Það var einkum í fyrri hlutanum sem Gosi höfðaði til hennar. Lykilsetningin sem hún beið eftir, hápunkturinn, vendipunkturinn í sögunni var þegar gamli maðurinn sagði við spýtudrenginn sinn: Taktu það ekki nærri þér þótt þú sért ekki eins og önnur börn. *N'en fait pas si tu n'est pas comme les autres enfants. Non te la prendere se non sei come gli altri bambini.* Hún þekkti setninguna á ýmsum tungumálum, fiskaði hana undan myndunum.

Þegar leið á ævintýrið fékk spýtustrákurinn fætur sem hann gat gengið á, mjúka, bleika, kjötmikla, stælta fætur, með vöðvum og sinum, fætur sem gátu leikið fótbolta, hlaupið milli þúfna, stokkið yfir skurði og gaddavírsgirðingar, gengið á grindverkum. Þá hættu þau að vera samfylgdarmenn.

Þegar setið er við skrifborðið í turnherberginu sést ekki land og ekki fjara. Það er líkt og turninn fljóti ofan á sjónum þar sem hún situr og raðar orðum í skipulegar fylkingar á blað og vandar sig sérstaklega með sagnirnar. Lengd, línu- og spássíubil var ákveðið en efnisval frjálst. Það hafði gefist ágætlega að halda sig við átta og fimm orða setningar til skiptis en enginn skyldi halda að það væri átakalaust að taka upp þráðinn í skólanum á nýjan leik, þótt hún fagnaði vissulega svörtum næturhimni með sinni afmörkuðu heimsmynd og soghljóðum haustbrimsins inn um opinn gluggann.

Ritgerðin hennar var skrifuð frá einum hæsta sjónarhól bæjarins og því var tilvalið að taka viðfangsefnið fyrir ofan frá, skrifa um Fjallið eina séð með augum fugls sem hafði tyllt sér á toppinn á því eða stúlku sem hafði einmitt lagt frá sér hækjurnar til að njóta yfirlitssýnar og heildarsamhengis af efsta steini fjallsins. Hún myndi styðja fætinum á stóran stein, tylla olnboganum á hnéð og handarbakinu undir hökuna og skyggna dýrðina, fótalaus manneskjan að hefja óslitinn fjallgönguferil sinn.

Auðvitað væri gaman að fá þig út við tækifæri, elskan mín, en það er erfitt að koma því við eins og er. En eins og einhver vitringurinn sagði, hið eina raunverulega ferðalag felst í því að komast yfir eigin hindranir, klífa tindinn á eigin fjalli.
P.S. Fyrirgefðu hvað ég er hástemmd, við vorum með smákveðjuhóf fyrir einn leiðangursmanna og ég held ég sé farin að finna aðeins á mér af hrísgrjónabrugginu.

Fyrst var að fikra sig yfir þröskuldinn milli forstofunnar og eldhússins, næst að klífa tindinn á kunnuglegu fjalli, síðan að leggja önnur fjöll heimsins að fótum sér. Aðalatriðið var að hafa góða skó. Hún stæði í snævi þöktum hlíðum Mont Blanc að bera á sig sólarvörn númer þrjátíu og eitthvað, á miðri hengibrú í Himalaja með brosandi berfætta burðarmenn til sitthvorrar handar, loks á gönguskíðum á Suðurskautslandinu, þartilgerðum, sérútbúnum gönguskíðum, svo vandlega og hugvitssamlega hönnuðum að nánast enginn tæki eftir sérstökum búnaðinum sem héldi löppunum uppi og færði skíðin úr stað, hvort skíði hálfan metra í senn. Umfram allt stæði hún þó við rætur Kilimanjaró með fæturna hvorn sínum megin við miðju jarðar.

Já, einmitt, ritgerðin skyldi fjalla um eyjuna ofan frá séð. Þegar komið var nógu hátt upp myndi allt sem fyrir neðan væri liggja útbreitt við fætur hennar og ef farið væri nokkrum metrum hærra yrði allt svo undursmátt og ef farið yrði enn hærra upp myndi allt renna saman, eitt yrði ofan í öðru og hluti af hinu, heimurinn yrði ein samhangandi heild, iðjagræn tún, fjólublátt hraun og lyngmóar og gervigígar á víð og dreif, og heiðavötnin tvö full af feitum haustsilungi og Fjallið eina, allt yrði það eitt, haf og land yrðu eitt og haf og himinn sömuleiðis eitt og ekkert myndi lengur skipta máli því þar uppi ríkti stöðugleiki fullvissunnar. Það lá í augum uppi. Lappirnar myndu hætta að skipta nokkru sköpuðu máli, því hvað væru máttlausir fætur í samanburði við tíguleika landslags og óendanleika náttúrunnar. Þá yrði hún sjálf orðin svo smá að guð almáttugur gæti kreist hana milli þumalfingurs og vísifingurs eins og agnarsmáan poka úr appelsínu, fullan af safa sem spýttist út á sjóinn og litaði hann appelsínurauðan í þann mund sem sólin rynni augnablik eftir öldutoppunum bakvið eyjarnar.

Nína sem gerði sér sjaldan ferð upp stigann bankaði upp á í miðri átta orða setningu. Hún lagði kakóbollann varlega á borðið og skáskaut umslagi á milli blekbyttunnar og gatarans.

– Það má vel vera, segir hún svo, þar sem hún stendur og rýnir yfir öxlina á henni, að íslenskan standi og falli með sögnum. Menn eru alltaf um það bil að fara að gera eitthvað sem flestir draga þar til ekki er beinlínis nauðsynlegt að gera það lengur. Draga til dæmis að taka til í bílnum og láta bletta í ryðið þar til hann er tekinn upp í nýjan. Ég er þá farin á æfingu, kjötsúpan er komin upp og þarf ekkert að eiga við hana fyrr en ég kem aftur.

Hún þefaði af umslaginu. Af því lagði daufan en sætkenndan keim af rotnandi gróðurleifum. Hún opnaði það varlega. Pappírinn var svo þunnur og stökkur að molnaði úr hornunum ofan á borðið.

Það er ekki laust við að ég sakni lægðanna, tímans sem líður. Hér breytist ekkert nema bráðum fer að rigna. Þá rignir linnulaust svo vikum skiptir. Það er svo mikil óþreyja í mér að ég tími varla að sofa. Nú er ég búin að vaka þrjár nætur en legg mig á daginn. Stundum velti ég því fyrir mér að hætta í rannsóknunum og koma heim. Ég gæti vel hugsað mér einhvern tímann í framtíðinni að starfa sem ritstjóri. Ekki endilega vísindarits. Slíkar þunglyndishugsanir vara þó yfirleitt aðeins stutta stund. Síðan kemur kvöld og aftur nótt og þá finnst mér allt öðlast tilgang á nýjan leik.

Hún brýtur bréfið í tvo jafna hluta eftir endilöngu, þá oddinn inn að miðju og loks brýtur hún vængina aftur áður en hún sleppir pappírsfuglinum lausum út um turngluggann. Tveir hvítir fuglar fljúga á móti svörtum skýjabakkanum burt frá landi.

VII

Sláturtíð fylgdi í kjölfar sultugerðar.

Bleikróslitað kindablóðið, næstum sjálflýsandi úr balanum var tilhlökkunarefni á hverju hausti. Ásamt myrkrinu á kvöldin á nýjan leik. Það gat verið býsna áhrifamikið að upplifa óhjákvæmilegar blóðsletturnar á annars tandurhreinum sólgulum veggjum og gólfi eldhússins. Köld blóðlyktin lá í loftinu marga daga á eftir og vakti með henni hlýjar tilfinningar eins og af gamalli minningu. Kindablóð var svo allt öðruvísi en hennar eigið blóð, þykkt og dumbrautt, þar sem það lak hægt í örmjóum taumi í fyrsta sinn niður lærið.

Hún var ekki gömul þegar hún sat í sérsmíðaða stólnum sínum við hlið Nínu og hrærði í blóðdallinum meðan Nína sáldraði mjölinu út í hræruna. Það var rósrauða tímabilið í ævi hennar.

Hún er ótrúlega handsterk, sú stutta, sögðu menn þegar hún handlék sleifina, ámóta að stærð og hún sjálf.

Úr blóðinu lá leiðin yfir í mörinn. Það var um svipað leyti og hún lærði mannganginn. Hún var ekki bara snögg að brytja, heldur var það henni kappsmál að hafa mörinn svo smáan að hann varð nánast ósýnilegur í keppunum.

– Gjörið þið svo vel. Þar koma mörlausu töfrakeppirnir hennar Ágústínu.

Angórupeysan barst henni í bögglapósti inn í mitt mörtímabilið og fylgdi henni við sláturgerðina nokkur haust í röð. Hún var pökkuð inn í þykkar umbúðir sem lyktuðu af fúkka og kanil og höfðu augsýnilega farið um margra hendur, verið margoft skornar upp og innihaldið handfjatlað, rakið sundur og síðan bögglað saman aftur og límt fyrir. Mosagrænt fór henni vel. Það fór líka vel við blóð.

Ég vona að þú getir notað peysuna. Hún er úr franskri nýlendubúð hér rétt við hótelið. Ég er nýkomin frá því að verða mér úti um lífsreynslu í þeim hluta bæjarins þar sem útlendingar fara lítið um. Bærinn er algjört völundarhús og þannig byggður að vonlaust er fyrir ókunnuga að rata. Göturnar eru þröngar og maður er alltaf að beygja fyrir horn svo að fljótlega týnir maður áttum. Til þess er leikurinn gerður. Ég ætlaði að kaupa mér saffran, láta moka því upp úr dálitlum hrauk á teppi á götunni og langaði til að vera ein með sjálfri mér og veit þá ekki til fyrr en ég er orðin rammvillt og ramba inn í nafnlaust öngstræti og er skyndilega stödd inni í anddyri gluggalauss baðhúss. Og eiginlega veit ég ekki fyrr en ég er komin inn í innstu steinhvelfinguna og þá heitustu og rétt mótar fyrir voldugum líkömum Arabakvennanna á sjóðandi steingólfinu inni í myrkrinu. Annars var erfitt að greina útlínur í myrkrinu, hvað þá athafnir.

Áður en ég veit af er einhver farinn að nudda á mér bakið, óbeðinn, með hrjúfum steini sem gekk harkalega nærri hvítri húð minni. Húðin á mér er miklu viðkvæmari en þín svo ég segi á menntaskólafrönskunni minni, þakka þér fyrir, sama og þegið. Við það fóru konur að flissa og tala óðamála á arabísku innan úr gufunni. Við höldum áfram suður á bóginn í næstu viku.

Kysstu Nínu frá mér.

Þau tóku saman slátur í þremur húsum í götunni, á númer fimm, sjö og níu. Það gat verið talsvert maus með hræruna því þau á níu vildu hafa rúsínur í sínum keppum og því þurfti að mæla í tvo bala. Nína ákvað að bjóða kórstýrunni sem nýflutt var í bæinn og vann að útsetningu á lokasöngnum hjá þeim í leikfélaginu, að slást með í vambasauminn. Sonur hennar kom með. Hún vissi hver hann var, hann var bekk fyrir ofan hana, með gleraugu og í kórnum.

– Sæl, sagði hann, ég er Salómon, ég veit hvað þú heitir.

Hún brosti til hans með blóðlitaðan þráðinn milli samanbitinna tannanna. Gat ómögulega vanið sig af því að bíta á þráðinn þótt skærin væru ávallt við höndina.

Hún naut árvissra athugasemdanna við borðið, þar sem nágrannafjölskyldurnar sátu, þegar Nína bar varlega inn fatið með vambmiklum, tinandi keppunum, umvafin gufumekki. Sonur kórstýrunnar sagði fátt en horfði stundum á hana yfir borðið.

– Gjörið þið svo vel, kartöflurnar og rófurnar eru úr garðinum hennar Ágústínu.

Vermundur á númer fimm skálaði fyrir Nínu og mærði lifrarpylsuna að venju en í ár lagði hann út af fjölbreyttu litrófi kartaflna í ræðunni og tengslum litarafts við þá marghættuðu nautn að borða nýuppteknar kartöflur, óskrældar og ótrúlega góðar þverskornar með smjöri og salti, þótt það eigi kannski síður við með lifrarpylsu.

– Fyrir fáeinum dægrum lágu þær, náhvítir boltar niðri í dimmri, rakri og alltumvefjandi moldu, ásamt móður sinni, brúnsósulegri og ekki fýsilegri til áts, rétt að þrotum kominni. Ég vona að ég móðgi engan þótt ég biðji um saltið.

Vermundur virtist afslappaður þótt hún væri tiltölulega nýbúin að horfa upp á eina rassskoru á honum og tvær hálfar rasskinnar. Í seinni tíð var hann hættur að þrýsta á öxlina á henni og farinn að klappa henni á mjóbakið.

Það var rétt að metnaður hennar lá í garðinum frá því klakinn fór úr jörðu og fram í fyrstu síðdegismyrkur. Aðalvandamálið við garðræktina var staðsetning eyjarinnar og hennar á jörðinni. Þegar hún kæmist í annað loftslagsbelti þar sem skilyrði til garðræktar væru hagstæðari, myndi tegundum fjölga og uppskera hennar verða eins og hún sáði.

Upphaflega hafði hún verið sett út á þúfu eða upp í villigróðursbrekku með dollu til að hafa ofan af fyrir sér við að tína ljónslappa og gæsalauf eða hundasúrur og fleira smálegt jarðarinnar meðlæti og flutt á milli staða í brekkunni eftir þörfum. Hæfileiki hennar til að kljást við njólann uppgötvaðist í raun fyrir tilviljun. Nína hafði gjarnan njólajafning með bjúgum. Best var að nota unga njólaleggi snemmsumars og láta suðuna koma upp á leggjunum á meðan mjólk og hveiti var hrist saman í sósuna en hæglega mátti súrsa njólann eða sjóða niður og frysta. Henni hafði verið komið fyrir milli tveggja mosavaxinna smáþúfna nyrst í garðinum rétt fyrir kvöldmat, en komist sjálf í njólann vestar. Þegar átti að sækja hana inn í matinn var hún búin að pjakka upp hálfa njólaflötina. Njólaræturnar lágu tvist og bast um túnblettinn, ískyggilegar ásýndum, eins og forsöguleg skrímsli eða auglýsing fyrir kínverskt ginseng.

Hún hamaðist á rótunum, gróf og gróf eins langt niður með hverri rót og hún komst, losaði um og þegar rótin var orðin svo mjó að hún var nánast bara fínlegar trefjar, þá spyrnti hún í, hallaði sér aftur á bak, notaði þyngdaraflið í sína þágu og hirti ekkert um þótt hún kútveltist um blettinn og lægi sjálf moldug í sverðinum með hverri uppdreginni rót. Sleit og sleit og fór stundum fjórar veltur, án þess að sleppa höndum af trefjabráðinni.

Það var alveg sérstakt skipulag á öllu hjá henni sem breyttist ár frá ári í kjölfar reglubundinnar uppstokkunar og tilrauna með nýja afleggjara sem hún var að koma til í dollum og dedúa við í turnherberginu á veturna. Mestan tíma tók að finna plöntunum réttan vaxtarfarveg þegar þær komu út í kuldann og fæstir afleggjaranna lifðu raunar vorið á eyjunni af.

Austan megin hjá ribsinu hafði hún sérstakt villigróðursbeð með baldursbrám, hrafnaklukkum og blágresi og gætti þess að það færi ekki úr böndunum þegar líða tók á sumarið. Villigróður nýtur sín best í beinum röðum, þannig kemur hann mest á óvart, en það þarf vissulega að hlúa að honum líka, grisja og jafna bilin á milli stilkanna. Meðan hún krýpur á hnjánum og mylur stærstu moldarkögglana með fingrunum og sléttar síðan yfir, klappar mjúku, köldu beðinu, er til dæmis gott að gera áætlanir fyrir fjallgöngur.

Fjölærar fjólur ætla ekki að þrífast hjá reyninum, það verður að færa þær í skjól sunnan undir vegg. Þar er fyrir alveg sérstök jurt með rauðfjólubláum smáblómum sem hvergi er að finna annars staðar í bænum eða yfirleitt á norðlægum slóðum en barst til hennar sem fræ í flösku í fjöruna fyrir tveimur sumrum. Það er viss áhætta að færa gestaplöntuna yfir til næturfjólunnar en hlýtur þó að teljast möguleiki í stöðunni þar sem gamla reyninum verður ekki haggað úr þessu. Spurningin er hvort ekki megi flytja þvottasnúrurnar vestur fyrir húshornið og reyna að koma upp nýju gulrótabeði þar í stað þess sem löngu er orðið bætiefnasnautt, þrátt fyrir tilraunir til að hlúa að því í þrjú sumur í glerskyggðum vermireit með úrvalsmold frá rabbabaranum. Rytjulegar plönturnar þurftu bersýnilega meira en sex vikna sumar til að bera ávöxt hvað sem stóð utan á fræpökkunum um harðgert, kynbætt afbrigði meginlandsgulróta. Eflaust væri ráð að víxla tegundum og færa til eina ferðina enn. Kartöflurnar og rófurnar dafna best enda er hún nýbúin að færa garðinn í skjól við aspirnar tvær. Þar hafa aldrei áður í sögu garðsins verið ræktaðar kartöflur en hún er ekki búin að gera það upp við sig hvað hún lætur niður í gamla beðið. Brokkólí er fullreynt. Þarf meiri lofthita. Kannski mætti reyna klifurjurt.

Víða um jörð er fólk að setja niður kartöflur í miðri sláturtíð. Þar er hægt að ganga að myrkrinu vísu á sömu mínútunni, klukkan sautján fjörutíu og fimm, í þann mund sem hljóðlátt fólkið treður sér í rykmettaða vagnana á leið heim í matinn, flestir með tóma poka. Það pjakkar í rauðbrunna jörðina í glampandi sólinni og potar niður nokkrum hvít-spíruðum kartöflukrumpum.

Þangað ætlaði hún að fara við hentugleika. Þar sem dagurinn væri jafn langur nóttinni, þar sem yrði dimmt á sömu mínútunni á hverju kvöldi, alla ævi fólks, og skarpar lægðir þekktust ekki, fremur en öfgar í skaphættum.

Fólkið mundi vissulega horfa á hana forvitnum augum en ekki vegna þess að fæturnir mynda rykrák í jarðveginn þegar hún dregur þá á eftir sér, heldur vegna einhvers annars sem gerir það að verkum að hún sker sig úr fjöldanum og gerir hana vissulega aðdáunarverða. Þar eru svo margir fótalausir og handalausir og jafnvel eyrnalausir að það tekur nánast enginn eftir stöfunum. Forvitnin er ekki blandin meðaumkun, heldur velviljuð forvitni. Líkt og hún hafi eitthvað sérstakt til að bera í þágu fólksins sem hún er ekki enn búin að gera upp við sig hvað verður.

Blóðtímabilið stóð yfir í tvö eða þrjú ár, mörárin voru álíka mörg en nú var hún aðallega í því að troða í vambirnar og sauma fyrir. Var snögg að því eins og öðru og lagði metnað sinn í að merkja sér hvern kepp á persónulegan hátt. Til þess notaði hún ekki venjulegan vambasaum, heldur kontórsting sem eins má kalla aftursting og byggist á því að halda þræðinum en fara um leið sífellt ofan í endann. Stöku sinnum brá hún fyrir sig lykkjuspori upp á tilbreytinguna og var þó ekki lengur fyrir bragðið. Aðeins einu sinni hafði hún misst nálina út í hræruna og ekki fundið aftur. Þá var hætt við að bjóða safnaðarformanninum í mat um kvöldið og þau sátu ellefu til borðs í stað tólf.

VIII

Það er dúnalogn og rigningarúðinn hangir lóðréttur í perlubandi í loftinu á meðan hún fetar listilega einstigið á milli pollanna á hækjunum alla leið upp að verkstæðisdyrunum.

Vermundur hafði komið fyrir rólu handa henni í loftbita á verkstæðinu fyrir mörgum árum og það drýpur af henni þar sem hún sest í hana og lætur skólatöskuna og hækjurnar falla. Hún er orðin of löng í róluna og fæturnir flækjast hvor um annan á steingólfinu.

– Ég man ennþá lyktina af þér þegar þú fæddist. Eins og af brenndri karamellu. Þú skilur að mér finnst ég alltaf eiga dálítið í þér. Þú hefur ekkert verið að minnast á stíflaða vaskinn hennar Lovísu við neinn? Slíkt myndi bara skapa óþarfa misskilning, þú veist hvernig fólki hættir til að hártoga staðreyndir.

– Segðu mér frá karamellunni.

– Ég er búinn að því.

– Segðu mér það aftur og frá öllu þessu smálega og hinu með.

– Allt í lagi, en hægðu þá ferðina eða þú eyðileggur eitthvað fyrir mér. Þetta er brothætt.

Hann var á kafi í minjagripunum og gekk rífandi vel. Hafði dottið niður á að líma litaðar gærutjásur og pappírsaugu á smáhnöttótt fjörugrjótið og hafði vart undan að framleiða. Flestir bæjarbúar voru komnir með litaðar lukkutjásur í gluggana hjá sér, jafnvel fleiri en tvær og fleiri en þrjár, þar á meðal Nína, innan um dalíurnar. Nokkuð var um að útlendingar keyptu sér loðinn stein í gjafaöskju á bensínstöðinni í ferðalok til minningar um eyjuna.

– Það var maí og ausandi rigning. Ég átti eiginlega bara leið hjá fyrir tilviljun. Nína veifaði til mín þar sem ég lúsaðist framhjá á moskóvitsinum mínum sem ég hafði fengið fyrir slikk, enda varla nokkuð heilt nema boddíið, og gert upp sjálfur. Hún stóð á tröppunum og benti mér að koma. Ég var að koma af næturvakt og löngu orðið bjart, eiginlega alveg hætt að dimma á nóttunni. Móðir þín stóð á tröppunum við hliðina á henni. Þær bjuggu orðið saman. Reyndar bara þegar móðir þín kom heim á sumrin.

Ég var sautján ára og það var talsvert útstáelsi á manni þá, maður var svolítið að velta fyrir sér stelpunum. Móðir þín var fimm árum eldri en ég og ég hafði alltaf borið virðingu fyrir henni og fundist hún falleg. Þú ert líkari föður þínum. Hins vegar hef ég lítið séð af henni síðan hún fór burtu. Er hún ekki enn í útlöndum í rannsóknunum?

Nína bað mig að keyra hana á héraðssjúkrahúsið, hún væri að fara að eiga barn og sjálf væri hún bíllaus. Auk þess væri hún ekki með bílpróf og hefði aldrei átt bíl svo sem mér var fullkunnugt um.

Ég vissi ekki að hún ætti von á barni. Hún var meira ein og sér og með rosalegan áhuga á steinum og fuglum. En þau voru víst mjög ástfangin í nokkra daga, hún og pabbi þinn.

Þú ferð beinustu leið, sagði hún, yfir heiðina fram í dal, fyrir ennið, yfir ásinn austur hjá eyðibýlinu, niður hálsinn, upp dragann vestur með minkabúinu á móts við blindhæðina. Það er hvort eð er aðeins um eina leið að ræða. Sama leið fram og til baka. Tvístefna. Hafðu það í huga á blindhæðinni. Maður veit aldrei.

Nína strauk henni um vangann og lagði síðan lófann á vélarhlífina, ennþá heita, svo ég þorði ekki að ræsa bílinn strax.

Það var þoka á heiðinni og enginn á ferli á malarveginum og þurrkurnar bilaðar. Bundna slitlagið var lagt sumarið eftir. Ég hafði mestar áhyggjur af gúmmíinu á annarri vinnukonunni sem var ónýtt og slettist stefnulaust upp og niður og til hliðar meðan armurinn rann eftir sömu rispunni. Það minnti mig á lakkrís. Þetta var fyrsti bíllinn sem ég gerði upp, hafði skipt um kerti og platínur morguninn áður. Ég vil sjá tilgang með minni vinnu, þannig að þegar ég var rétt að komast yfir hrygginn á blindhæðinni snaraðist ég út, þótt það yrði að teljast nokkur áhætta með tilliti til staðsetningarinnar, vafði gúmmíinu utan um vísifingur og sleit það af, kalt og blautt.

Það sást fljótlega aðeins út um stöku göt á framrúðunni svo ég mátti stinga höfðinu út um hliðargluggann í beygjunum niður brekkuna, út í þokuna, vorið og rigninguna án þess að slá af bensíninu. Ég man að rigningin lak úr hárinu á mér ofan í hálsmálið.

Hún sat fram í við hliðina á mér til að byrja með í kápu og uppháum leðurstígvélum með rennilás og þagði. Ég leit stundum snöggt til hliðar á hana og hafði áhyggjur af því hvað hún var þögul. Þá tók ég eftir því í fyrsta skipti hvað hún var með löng augnahár.

– Mér er svo illt, sagði hún upp úr þurru.

– Við stoppum í skálanum hjá brúnni og fáum okkur eitthvað að borða.

Ég sagði stelpunni í afgreiðslunni að ég ætlaði að fá tvær pylsur með öllu en litlu remúlaði og sleppa hráum. Og sinnepið undir.

Hún vildi ekki sína svo ég borðaði tvær og ekki mikið mál þar sem ég var að koma af næturvakt og miklu frekar svangur en þreyttur. Mig langaði í eitt lag í djúkboxinu, hún hafði ekkert á móti því svo ég valdi Fuglinn á línunni sérstaklega fyrir hana. Maður var talsvert í Cohen á þessum árum og kunni nokkur grip sjálfur.

Við dönsuðum saman lagið; ég hélt utan um hana í

kápunni og þú varst þarna spriklandi á milli okkar, hluti af henni, rétt að hefja ferðina úr heimi myrkursins út í ljósið og þegar hann söng *Like a baby still born, Like a beast with his horn* og ég söng með þá sparkaðir þú í mig þar sem ég var þétt upp við móður þína. Hún lagði höfuðið á öxlina á mér og mér fannst hún vera þreytt. Hún sagði ekki neitt svo ég þagði líka. Og hann söng *And a pretty woman leaning on her darken door, She cried to me, hey why not ask for more.*

Það var þá sem ég fann blossann skella á okkur. Maðurinn hafði tekið mynd af okkur í leyfisleysi. Mig langaði til að berja hann, en þá sagði hann *excusez-moi* og ég hætti við það. Ég lét hann hafa heimilisfangið mitt og bað hann að senda mér myndina við tækifæri. Hann játti því en ég heyrði aldrei frá honum.

– Ætlarðu að hætta þessum loftfimleikum? Þú ferð með höfuðið utan í bitann.

Mig langaði til að kyssa hana en kunni ekki við það fyrst hún var að fara að eiga barn. Þegar við lögðum aftur af stað settist hún í aftursætið og hélt áfram að þegja. Ég óskaði þess að ég ætti útvarp. Ég reyndi að hafa auga með henni í baksýnisspeglinum, en hún sneri höfðinu út að forugum glugganum líkt og hún væri að horfa á eitthvað sérstakt. Ég mátti hins vegar hafa mig allan við að halda druslunni á veginum í sjötíu. Við horfðumst einu sinni í augu og mér fannst hún fjarlæg og heit í augunum. Á því augnabliki fannst mér ég elska hana.

Þegar ég leit næst í spegilinn hafði hún sigið niður í

sætið og var föl og munnurinn var örlítið opinn og hún var undarlega reigð eins og særð kvíga. Nema hvað, þá fer að líða að því að þú komir inn í söguna, viltu meira kaffi?

Og skyndilega og hömlulaust þar sem við vorum stödd á móts við minkabúið sparkaði hún af miklu afli í sætið hjá mér svo ferkantaður hællinn á leðurstígvélinu gekk inn í gallonáklæðið, í gegnum gormana og inn á milli herðablaðanna á mér meðan ég reyndi að halda sönsum á holóttum malarveginum.

Á eftir hægði á öllu en ég herti ósjálfrátt á bensíninu fram dalinn, fór varla af kúplingunni. Það ískraði í gírkassanum og mælaborðið nötraði. Landslagið stóð nánast kyrrt í gegnum foruga framrúðuna, hver hlaðan annarri lík. Þú ert, vænti ég, ekki að skrópa í skólanum?

Skyndilega fylltist bíllinn af lykt af nýsoðnu slátri og ég vissi og fann það með sjálfum mér að við vorum ekki lengur tvö ein í bílnum en það var ennþá grafarþögn aftur í.

– Mætti ég biðja þig um að loka glugganum, sagði hún loks og mér heyrðist hún sjúga upp í nefið. Ég heyrði ekkert í þér ennþá. Engan barnsgrát. Það var þar sem þú fæddist, á móts við minkabúið.

Má bjóða þér kex með?

Eftir á að hyggja, þá hefði ég átt að stoppa bílinn og hrista þig til en maður var svo ungur og kunni ekki vel til verka. Þetta var í fyrsta skipti sem kona fæddi barn í aftursætinu á bílnum mínum. Fyrsta bílnum mínum. Moskóvits með gormafjöðrum.

Með því að slá ekki af í beygjunum vorum við komin að afleggjaranum að sjúkrahúsinu eftir nokkrar mínútur.

Það var maí, sagði ég það ekki áðan. Og þú varst agnarsmá, með mikið hár, naflastrenginn margvafinn um hálsinn og rauðblá á litinn. Þeir gripu þig strax og hlupu með þig inn en skildu okkur eftir tvö ein. Við vorum aftur orðin tvö ein í bílnum en samband mitt við móður þína hafði tekið stakkaskiptum. Tilfinningar mínar til hennar höfðu breyst. Hún var heldur ekki söm, eftir þetta hugsaði hún öðruvísi. Þú átt eftir að komast að því síðar hvernig konur hugsa.

Þess vegna ertu svona í fótunum. Ég veit að þig langar til að geta hlaupið, en það er fullt af fólki sem hleypur um allt sitt líf og er engu nær. Ég veit ekki hvort þú varst nokkuð óheppin. Það getur enginn maður sagt fyrir um það hver er heppinn og hver er óheppinn í lífinu. Hins vegar verð ég að segja að mér finnst þú sýna vítavert kæruleysi um sumt eða hvað varstu að þvælast ofan í fjöru á háflóðinu í gær?

Það tók mig hálfan dag að þrífa bílinn; það var allt gegnsósa aftur í. Gærunni varð ég að henda enda lítið mál að fá nýja í sláturhúsinu þar sem ég var að vinna, meira að segja innangengt úr frystinum í sútunina. Gallonáklæðið var lengi klístrað viðkomu, þótt ég hefði farið með heilan brúsa af sætabóni á það og strákarnir höfðu orð á sérkennilegri lykt í bílnum og spurðu hvort ég væri farinn að keyra út slátrið, persónulega og prívat fyrir frúrnar. Svona sláturheimsendingarþjónusta.

Ég sagði ekki orð. Þetta var okkar á milli. Á milli mín og mömmu þinnar. En lengi á eftir gat ég ekki boðið dömu að setjast upp í bílinn.

Ég seldi síðan bílinn í ágúst og keypti mér notaðan sjevrólett, sex strokka, beinskiptan með fóðruðum öskubakka.

IX

Hörundsbleikur og hárlaus líkaminn í fullri mannstærð var af konu á óræðum aldri. Hann var úr þvottekta harðplasti og af réttri meðalgerð, hvort sem litið var til ummáls eða hæðar, einn sextíu og níu. Ekkert var skeytt um persónueinkenni eða að gera líkamann aðlaðandi hið ytra enda var það hinn innri maður eða öllu heldur innri kona, innvolsið, sem var kjarni málsins.

Á meðan bekkjarfélagar hennar eru í leikfimi fær hún að athafna sig að vild við frjálsar athuganir í kompunni inn af náttúrufræðiherberginu. Það er beinlínis ætlast til þess að opnanlegur líkaminn sé hlutaður sundur, líffæri fyrir lífæri, gramsað í pípum og slagæðum, heili og auga skoðuð sér, hjarta fjarlægt úr réttu samhengi sínu, hólf, lokur og eitlar gaumgæfð. Þannig má hæglega, þótt það geti orðið leiðigjarnt til lengdar, leika sér að því að víxla líffærum, setja milta í stað nýra, bris í stað blöðru, jafnvel hjarta í stað heila, en ekki er hægt að loka líkamanum og fullkomna verkið nema þar til gerðir stálpinnar á hverju líffæri fari í rétt gat í heildarklasanum. Spennan felst í því hvort það tekst áður en hringt er inn.

Í margföldum hilluröðum á bakvið mannslíkneskið eru geymd þurrkuð skordýr og ýmis uppstoppuð smádýr, bæði af innlendu og erlendu bergi brotin: mýs, hamstrar, naggrís, kanína, rotta, tveir ylfingar, ógrynni af fuglum sem margir hverjir hafa flogið á snúrur og glugga í bænum og hálsbrotnað, en verið snyrtir til, blóðstorkan hreinsuð með bensíni, fjaðrir greiddar með gömlum tannburstum og göt á skrokknum rimpuð saman og þeir síðan gefnir skólanum við sérstök tækifæri. Lögregluþjónninn er húsgagnabólstrari í frístundum en stoppar aðallega upp friðaðar endur og fugla í útrýmingarhættu, nótulaust í kjallaranum hjá sér eða ef lítið er að gera (í miðri viku) á stöðinni. Yfirleitt fá menn friðaða fugla í netin í síðasta kastinu eða skjóta af slysni þegar þeir eru á gæs eða rjúpu.

Fuglseggin skipta hundruðum, mörg eru að upplagi stropuð fúlegg, en til bráðabirgða eru flest þeirra geymd í eggjabökkum. Móðir hennar hefur sent skólanum þurrkaða dvergskjaldböku og nokkur sjaldgæf fuglsegg. Fæst hafa raunar komist óbrotin til skila, en skólinn skrifaði henni þakkarbréf og bað hana að athuga hvort hún gæti mögulega komið stærri og fágætari dýrum í skip. Ætlunin er að stækka eggjasafnið inn í hvíldarherbergi kórstjóra í framtíðinni.

Ekki er ætlast til þess að hún sé að vasast bakvið

hengið þar sem formalínkrukkurnar eru staðsettar. Segja má að skólinn hafi lagt metnað sinn í formalínsafnið enda vekur það athygli langt út fyrir heimabyggðina hversu margir líf- og náttúrufræðingar eru ættaðir úr svo litlu byggðarlagi. Þar kennir ýmissa líkamsparta, bæði úr mönnum og skepnum, svíns- og kindaheilar, magar, þarmar (mikil áhersla er lögð á að gefa heillega mynd af meltingarfærum í safninu) auk sýnishorna afkvæma spendýra á mismunandi fósturstigum. Við hátíðleg tækifæri, svo sem við afmæli leikfélagsins og á aðstandendadögum, eru krukkurnar fluttar á sal og hafðar þar til sýnis.

Hún hafði ekki heyrt líffræðikennarann koma inn í geymsluna og var of sein að setja hengið fyrir aftur. Hann lagði höndina á öxl hennar, ekki hastarlega, heldur fremur eins og hljómsveitarstjóri að hefja höndina upp, máttlausa um úlnliðinn til að gefa undirmönnum sínum fyrsta tóninn, áður en hann léti hana síga þunga niður aftur og hélt henni á öxlinni á meðan hann talaði. Hún reyndi að rifja upp með sjálfri sér undir ræðunni matreiðslu mikilla matþjóða á bleikum lambsheilum. Yfirleitt voru þeir borðaðir með skeið eins og eftirréttir.

– Nú er það sannanlega vitað að heili manna er misjafn að lögun og stærð og hefur það ekkert með greind að gera eða hvernig mönnum farnast í lífinu eða hvort hamingjan yfirhöfuð sækir þá heim. Stærsti heili sem um getur í sögunni fannst til að mynda í búk fjöldamorðingja í Bandaríkjunum, sem tekinn var af lífi og krufinn, og er geymdur í formalíni í vesturálmunni á háskólasjúkrahúsinu í Massatjúsets og var ekki erfitt að finna krukkuna þegar við hjónin áttum leið um fylkið á bílaleigubíl fyrir nokkrum árum. Hann var jafnframt með einhver stærstu kynfæri sem mæld hafa verið en ekki höfum við ennþá farið þá leið að koma okkur upp safni í þeim efnum, má kannski segja að þar hafi skólanefndin átt lokaorðið í bili, ekki vísindin. Hins vegar förgum við engu sem okkur áskotnast þótt ekki sé nauðsynlega verið að flíka því. Við gefum okkur það, út frá opinberri stöðu mannsins í fylkisskjölum sem fjöldamorðingja, að um persónuleikabrenglun hafi verið að ræða, lítinn félagsþroska, ófullkominn tilfinningaþroska og skort á samkennd með meðbræðrum sínum, vel yfir meðallagi. Gáfnapróf sem hann hafði verið látinn gangast undir meðan hann var enn lífs og byggðust að hluta til á því að raða samstæðum í reiti, munu þó hafa sýnt fram á að greind hans var langt yfir meðallagi. Hins vegar fundust engin merki samviskubits, ekki vottur eftirsjár eða andlegrar þrár er hann var krufinn. Og hvað segir það okkur?

Það er ótrúlegt til þess að hugsa að snæviþakið fjallið skuli standa á sjálfum miðbaugnum. Mér finnst ég hafa fengið tækifæri til að kynnast eilífðinni. Samt er ég ekki viss um að ég sé neinu nær. Þroski er viss stöðnun. Kannski maður eigi bara að leyfa villtustu

þrám að leika lausum hala. Póstaði nýlega tvær strúts-fjaðrir til skólans. Ástarkveðjur.
Þín mamma.

Hún hafði fengið ritgerðina aftur alla útkrotaða.

– Þú ættir að skrifa um eitthvað sem þú hefur reynt á sjálfri þér, verk getur aldrei orðið persónulegt nema það sé skrifað út frá eigin reynslu, sagði kennarinn um leið og hann rétti henni stílinn. Annars hefur orðið framför hjá þér í notkun sagnorða.

Allir vissu að hún hafði aldrei klifið fjall, hún stóð jafnvel á brauðfótum á jafnsléttu og gat átt erfitt með að komast leiðar sinnar eftir þráðbeinni, láréttri götu. Fyrst hún hafði ekki forsendur til að setja annan fótinn reglubundið fram fyrir hinn, í þrjátíu gráðu halla upp á við, líkt og göngumaður gerði á leið sinni upp fjallið, skref fyrir skref þar til hann var staddur átta hundruð fjörutíu og fjórum metrum fyrir ofan svarta sandfjöruna og öðlaðist þar með yfirsýn yfir svið náttúrunnar og atburðanna, þá gat hún ekki leyft sér að skrifa um fjall ofan frá, frá sjónarhóli þess sem stendur sigurvegari á tindi þess. Það benti því allt til þess að hún kæmist ekki út úr þessu smálega og yrði dæmd til að velta sér upp úr sandkornum fjörunnar og hvítum blettinum á buxnaskálm kennarans. Ef miðað var við hennar sjónarhól og möguleika, þá var fjall upp í móti, ekki niður á við. Það var hin rétta mynd af fjalli. Fjall myndast neðan frá, það var jörð sem hlóðst upp, upphækkuð jörð. Líkt og skýin koma ekki af himnum ofan heldur eru uppgufun frá jörðinni. Líkt og þegar Kristur reis upp af eyjunni til himna á gulu bólstraskýi.

Næst skyldi hún byrja á réttum enda og skrifa um Fjallið eina með augum þeirrar sem sat fyrir neðan það, í drullunni við rætur þess þegar það klofnaði og lak niður á vorin, og tæki opnum huga á móti gulum lækjum þess í faðminn.

Hún þyrfti einungis að umstafla orðunum. Í staðinn fyrir grænbláa fjarlægðina af efsta punkti Fjallsins kæmi drullubrúnt fjallið undir nöglunum þar sem hún kraflaði sig áfram neðst í urðinni, rétt fyrir ofan rabbabaragarðinn, með fangið fullt af fjalli.

X

Það sér ekki lengur til sólar í gegnum saltstorkna rúðuna í skólastofunni. Þá væri munur að sitja með sólgleraugu við dúkað borð á huggulegu veitingahúsi í útlöndum og gaumgæfa mannmergðina sem ætti tilfallandi leið hjá. Flestir væru, líkt og hún sjálf, ekki að gera neitt sérstakt. Hún yrði síðasti gesturinn á staðnum sem stæði upp frá borðum og ekki fyrr en löngu væri hætt að taka við pöntunum, búið að kveikja skúringaljósin og farið að raða stólum upp á borðin. Þá, og ekki fyrr en þá, myndi hún biðja dökkeyga þjóninn að koma með reikninginn og síðan að gjöra svo vel að færa sér hækjurnar sem væru geymdar á tryggum stað, afsíðis í eldhúsinu, rétt við tröppurnar sem lægju niður í vínkjallarann.

Blautur snjóboltinn smellur á rúðunni rétt við andlit hennar. Það er fyrsti snjóboltinn sem hún fær þennan veturinn og þeir hanga fjórir kunnuglegir yfir grindverkið í morgunskímunni, tveir á mittisjökkum og tveir í úlpum með hetturnar uppi og rennt upp í háls. Annar á mittisjakkanum veifar til hennar.

Hún lætur sig falla niður í óspjallaðan snjóinn á skólalóðinni dálítið afsíðis og til hliðar við hópinn, vitandi það að hún kemst sennilega ekki hjálparlaust á fætur aftur. Það var spurning um að marka sér reit. Hitt og þetta smálegt hrekkur úr úlpuvasanum og myndar smáar raufar í frauðplasthvíta jörðina. Það var aftur komið myrkur og hundslappadrífan sveif til jarðar ofan á marglitar, kvikar ullarþústirnar í snjónum. Hún hófst handa við sinn engil án þess að hafa augun af krökkunum sem unnu verk sitt hlæjandi í iðandi, hvítri kös.

Engillinn hennar var vissulega með vængi, en hann var ekki í útvíðum tjullkjól eins og englar hinna, heldur mjósleginn niður, líkt og fugl með margsamanvafða vængina, fastur inni í vírrúllu.

Skyndilega finnur hún að það er að myndast annar engill við hlið hennar, svo nálægt að vængirnir snertast. Hún finnur hitann frá nágrannaenglinum og heyrir andardráttinn og síðan finnur hún greinilega hönd sem snertir hennar hönd í snjónum, hönd sem grípur um hennar hönd. Hún tekur af sér vettlinginn til að finna betur fyrir hönd engilsins, án þess að líta strax til hliðar.

Hún veit hver hann er. Það er Salómon.

– Þú ert með englafætur, segir hann. Hvað kom fyrir þig, lentirðu í slysi eða fæddistu svona?

Það er rétt sem hann segir, hún er ekki með

rabbabarafætur, heldur englafætur. Hún sem var í persónulegu og nær daglegu sambandi við guð almáttugan, bæði í turninum og í fjörunni ætti að þekkja hið rétta eðli engla. Það var reginmisskilningur að englar væru í tjullkjólum með belti um mittið, englar voru einmitt í fremur aðskornum flíkum, miklu líkari þunnum slæðukjól úr silki sem féll þétt að fótleggjunum, umvafði þá, en ballkjólum, margt benti reyndar til þess að englar væru fótalausir innan í serknum. Enda hlaupa þeir ekki á milli með skilaboð og erindi, heldur fljúga svo sem má vera fullkunnugt.

Hann sleppir ekki takinu á hönd hennar og þau liggja ennþá saman, dálítið afsíðis, kyrr, tveir englar undir snjónum og horfa upp í himininn.

– Við erum að koma okkur upp hljómsveit í bílskúrnum heima og okkur vantar bæði söngkonu og hljóðfæri. Okkur datt í hug þar sem þú spilar á óbó hvort þú gætir ekki verið með og sungið, þú gætir setið eins og margar þekktar söngkonur gera þótt oftast sé það að vísu vegna þess hversu feitar þær eru.

– Ég skal hugsa málið.

– Ég hef séð þig í fjörunni eina og niðri á bryggju í bátunum og ef þú hefur áhuga gætirðu æft með róðrarfélaginu fyrir vormótið. Okkur vantar einhvern sem lætur ekki kaupa sig yfir í hitt liðið fyrir tvo bíómiða.

Hann fiskaði fyrir hana hækjurnar undan snjónum, hristi af þeim og rétti henni. Gúmmíhandföngin voru blaut og köld og hún gat ómögulega farið að þreifa fyrir sér til að leita að vettlingunum. Hún bögglaðist á fætur eins og gíraffakálfur og spurði hvort hann ætti eld. Það sá ekki í augun á honum fyrir móðu á kringlóttum gleraugunum á meðan hann hélt kveikjaranum upp að andlitinu á henni. Lopavettlingarnir voru með tveimur brugðnum röndum á stroffinu.

Ég kem til þín í kvöld, sagði hann og brosti.

XI

Fjórar gæsir flugu á mikilli ferð fyrir ofan hana eftir götunni um það leyti sem rauð vetrarsólin rann skáhallt yfir tjörnina og hvarf á bak við Fjallið eina. Það brakaði í þurrum snjónum.

– Söngkonur þurfa að hafa rétt útlit og þú hefur einmitt þannig útlit, dálítið sérstakt, dálítið útlenskt, sagði Salómon upp úr tiltektinni. Hún sat á stafla af bíldekkjum í nýrri útprjónaðri peysu og horfði á hann. Strákarnir höfðu orðið sér úti um bílskúr til að æfa í en þeir fóru ekki úr úlpunum og töluðu ekki við hana svo Salómon sá að mestu um samskiptin.

Fyrstu æfingarnar fóru í að taka til í bílskúrnum. Strákarnir sáu um það. Á einum veggnum héngu hrútshorn sem gáfu staðnum dulúðugan blæ og máttu vel vera áfram, sömuleiðis angórukötturinn með fjóra kettlinga nýgotna í sínu skoti og virtist ekki líka fyrirsjáanlegt rask á svæðinu. Frystikistunni mátti hnika örlítið til og koma fyrir trommusettinu, hins vegar var enginn vegur að hreyfa við tveimur stórum tunnum sem innihéldu súrsaðan innmat og lagði af pæklinum sérkennilega lykt en ekki beinlínis vonda þegar hún blandaðist smurolíu. Fæstir bæjarbúa geymdu bíla í bílskúrum sínum.

Mestur tími fór þó í að finna smáhlutum, sem snertu viðhald á bílnum og garðrækt, stað í tiltækum hillum, skoða ónýtt dót og tína upp tvist og fleira lauslegt og þrífa gólf til að skapa nauðsynlegt pláss fyrir hljómsveitina. Þeir voru þrír auk hennar, allir eldri.

Hljómborðið fengist innan skamms en ákveðið var að hún myndi blanda saman óbó, hristu og söng og þau myndu halda sig við kunnugleg lög á fyrsta stigi æfinganna. Eftir árshátíðina gæti sveitin farið að semja sjálf og marka sér sína eigin stefnu, það þurfti bara að stilla saman strengi og vissulega hefði hljóðfæraleikurinn mátt vera betri, Salómon var þó talsvert fær á harmoníkuna.

Eftir þriðju tiltektaræfinguna stakk Salómon upp á því að þau færu í sund inn í dal. Strákarnir þurftu að gera annað og vildu ómögulega koma með þeim.

– Laugin er ekki beinlínis opin, sagði hann, við sjáum bara um okkur sjálf.

Það steig gufumökkur upp úr snjónum í hlíðinni þar sem sundlaugin var. Í kringum hana var græn grasrönd þótt miður nóvember væri og allir girðingarstaurar á kafi í snjó. Í gegnum trégirðinguna grillti í fjósþak á næsta bæ, enda var hún ekki nógu þétt til að veita skjól fyrir norðanáttinni á bestu sólbaðsdögum sumarsins.

Hún klæddi sig úr fötunum og losaði um spelkurnar á trébekknum í búningsklefanum kvennamegin. Það krafðist nokkurrar tækni að þvo sér í sturtunni en hækjurnar voru innan seilingar.

Það rauk af henni þar sem hún stakk við í átt að lauginni. Grænn sundbolurinn stóð henni á beini, hún var með gæsahúð um allan líkamann og ákaflega falleg hné.

Þegar hún er komin að tröppunum sleppir hún takinu af hækjunum, grípur um járnhandriðið og lætur sig síga ofan í heita laugina, ofan í brennisteinsanganina. Kálfarnir og lærin strjúkast við bakkann áður en þeir snerta vatnsflötinn, þá maginn, olnbogarnir og loks hverfa brjóstin niður í litlaust vatnið.

Laugarbotninn er hrjúfur og grænt slímið vefst um tærnar, lekur niður á milli þeirra. Vatnið ber hana uppi, þéttur veggur utan um líkamann og hún veltir sér á bakið og slettir til fótleggjunum um leið og hún gætir þess að halda sig nokkurn veginn í miðri lauginni, færast hvorki nær eða fjær bakkanum. Best að halda sig í óvissu miðjunnar. Eins og eyja í miðjum sjónum.

Ég sakna hafsins, mig vantar öldurnar til að slétta út þrálátar næturhugsanir. Og ég sakna súldarinnar í stað beljandi rigningar vikum saman. Manstu þegar við sátum í tjaldopinu með lykt af lyngi og mosa og elduð-

um okkur blómkálssúpu á prímus? Líklega er ég þó komin of langt frá upphafinu til að snúa aftur heim. Já, auðvitað máttu eiga áttavitann, taktu hann bara. Þúsund kossar.

Mjaðmirnar fljóta upp þyngdarlausar, hún flýtur. Vatnið og hún eru eitt. Hún er hreyfanleg eins og vatnið. Hún er frjáls. Eins og aldan. Fjara út, daðra við fjörusteina, en láta sér ekki nægja að gára yfirborðið. Langar til að sjá fiskana. Kafa dýpra með sporðaköstum en vara sig á hálfum skipsskrokkum og lausum skrúfum.

Laugin dýpkar snarlega niður en hún hefur komið sér upp sérstakri sundtækni með höndum og bol, bringusund, skriðsund og baksund. Hún er góð í sundi, þótt hún hafi enga spyrnu í fótunum. Sundkennarinn segir að hún hafi góða sveigju í hryggnum. Alveg ótrúlega fína miðað við ástand fótanna.

– Hryggurinn á þér er eins og rabbabari, segir hann. Þú hefur virkilega fína sveigju.

Flétturnar fljóta upp, efnislaus massi, fullar af vatni og elta hana út um alla laug.

Það mótaði fyrir Salómon innan úr gufumekki við annan laugarendann þegar hún kom úr kafi. Gleraugun lágu á laugarbakkanum. Hann fylgdist með henni og var heldur minni en í fötum og spurði hvort hún ætlaði að setja héraðsmet. Það var fallegt af honum.

Heiti potturinn var nýleg og ófrágengin viðbót við sundlaugarmannvirkið. Hún dregur hnén upp að höku á bríkinni rétt við heita bununa og lætur höfuðið hvíla á brún pottsins. Þaðan er gott útsýni upp í djúpan, stjörnusindrandi vetrarhimininn. Grænn ljósormurinn hlykkjast rafmagnaður um hvelfinguna. Þau sitja hlið við hlið í pottinum. Hann er fyrri til að rjúfa þögnina.

– Maður verður rosalega smár af því að horfa lengi upp í himininn. Yfirleitt fæ ég höfuðverk af því að horfa á norðurljós. Það væri fínt að komast eitthvað burtu, sigla burt frá eyjunni. Og sjá ekkert land og jafnvel ekki annan bát, finna bara veltinginn undir fótunum.

– Ég myndi kasta upp. Það getur samt verið að við Nína siglum til útlanda, förum þá líklega með saltfiski eða skreið.

– Tíminn líður of hægt hérna. Það vantar hreyfingu í landið.

– Hvort vildirðu heldur vera farfugl í bjarginu eða grænsjórinn í kringum eyjuna?

– Ég vildi helst vera ég og sigla burt frá eyjunni með skipi.

– Eins og pabbi.

– Ég vissi ekki að þú ættir pabba.

– Hann er bara ekkert að vasast í mér að óþörfu, við skiptumst á skeytum, bæði flöskuskeytum og hugskeytum. Ég er að bíða eftir svari.

– Ertu að spá í að fara í rannsóknir eins og mamma þín?

– Og pabbi?

– Já, eins og foreldrar þínir?

– Nei, ég er ekkert fyrir fugla og fiður. Hef ofnæmi fyrir dúni. Og ég er ekki heldur fyrir sjávarspendýr.

– Þú hefur breyst ótrúlega mikið síðan ég sá þig fyrst, þú ert öll einhvern veginn allt öðruvísi í sundbol.

Hann færir sig nær henni þótt nóg pláss sé í pottinum.

Hún hikar augnablik áður en hún trúir honum fyrir því.

– Ég ætla að klífa Fjallið eina í vor, fyrsta fótalausa manneskjan. Átta hundruð fjörutíu og fjóra metra úr fjörunni upp í móti, af upphækkaðri jörð. Nína ætlar að gefa mér gönguskó í afmælisgjöf.

– Þú ert ekki fótalaus, en það gæti orðið rosalega erfitt. Það er möguleiki að þeir sæki þig í þyrlunni ef þú kemur þér upp sjálf, sérstaklega ef þú kemst í sjálfheldu. Þeir myndu að minnsta kosti ekki skjóta þig niður eins og þeir gera við rollurnar í bjarginu vestur af. Helst þyrftir þú að hafa verið týnd í nokkra daga til þess að kölluð væri út leitarþyrla. Þú yrðir höluð upp af toppnum í björgunarstól, ef það kæmi snögglega hliðarvindur gætu þeir þurft að skilja þig eftir í einhverja daga til viðbótar. Ég gæti lánað þér svefnpoka. Eða komið með.

Hann horfir stíft á hana gleraugnalaus en hún heldur áfram að horfa upp í vetrarmyrkrið.

XII

Hún tók eftir því undan grænu blómaverinu á sænginni sem hún hafði margvafið utan um sig og hvergi loftop undir, að tunglið var fullt og ískyggilega nálægt, fleytti nánast kerlingar ofan á hæstu sköflunum. Það gat þýtt að markverðir atburðir væru í sjónmáli. Eiturplantan í glugganum dafnaði vel í vetrarmyrkrinu, hún óx meðan aðrar plöntur létu lítið á sér kræla. Í vor myndi hún setja hana út, á skjólgóðan stað austanmegin í garðinum og sjá svo til. Gefa henni kannski frelsi til að breiða frjálslega úr sér vestur götuna, sá sér alveg að kirkjutröppunum. Þegar hún yrði komin að neðstu tröppunni og ekkert virtist geta stöðvað uppgang hennar myndi meðhjálparinn rífa upp neðstu helluna og setja plast undir. Þar með yrði komið í veg fyrir frekari útbreiðslu innan lóðamarka guðshússins og plantan yrði staðbundin í austurbænum.

Hún sér annars ekki glóru á bókina í þessari stopulu, grænu morgunbirtu, rétt að stór fuglinn með útbreitt vænghaf í flugtaksstöðu sé greinanlegur á ljósastaurnum í gegnum hafrótið. Nú væri fínt að hafa tvíhleypuna tiltæka og skjóta einn og einn fýl styrkri hendi út um turngluggann á meðan Nína er á fundi í skólanum. Hún drepur að minnsta kosti ekki flugur eða annað smælki í svona tíð. Flugnaveiðitíminn varir aðeins nokkrar sumarvikur. Þá lokar hún að sér í turnherberginu, og leggur þungt höfuðið í flagnaða einkagluggakistuna. Segist ætla að sinna frímerkjunum dálítið, sýsla með klípitöngina við safnið, para til dæmis saman fossa úr sitthvorri álfunni, setja spóa við hlið pelíkana og ná taki á fjallkonunni og færa hana varfærnislega yfir til þjóðhöfðingjans með appelsínugulan túrbaninn um höfuðið. Þar á eftir er einmitt ákjósanlegur tími til að drepa flugur. Hún tekur eina fyrir í einu og króar af með glasi, þreytir hana, horfir á hana berjast um innilokaða í loftleysinu þar til hún veltur suðandi á bakið með lappirnar tinandi upp í loftið. Svona líka feit.

– Hó, hó, þar náði ég þér, hrokagikkur.

Hún hefur góðan tíma til að grannskoða hegðun þeirra meðan þær eru enn í glasinu með flugnahandbókina sér við hlið. Að vissu leyti má segja að áhugi hennar á tilvistarstríði flugna sé af fræðilegum toga spunninn. Þannig fær sérhver fluga númer og persónulega línu í flugnadagbókinni þar sem hún skráir hjá sér öll megineinkenni atferlis þeirra, tegund, svipmót, úthaldið í glasinu, hversu lengi hver og ein er að deyja. Hún tekur tímann á úri með sekúnduvísi (fermingargjöf frá Nínu). Suðar í tólf mínútur, það er metið og fært til bókar þennan fagra sumarmorgun. Þegar þær eiga skammt eftir í glasinu, lyftir hún því snögglega upp og slítur af þeim lappirnar. Í það minnsta eitt par. Á sólríkum dögum lágu stundum margir tugir fótalausra og þurrskrælnaðra flugnalíka í snyrtilegum röðum í blámálaðri gluggakistunni.

– Það er ljótt að vera vondur við flugur, Ágústína mín, sagði Nína við hana fyrir mörgum árum. Sjálf gerði Nína aldrei flugu mein. Eftir það lét hún flugurnar í friði þegar aðrir sáu til. Allir héldu að hún væri löngu vaxin upp úr flugunum. Þess vegna tvílæsti hún að sér skonsunni um aðalflugnatímann. Þá þurfti enginn að vita hvað hún aðhafðist í einkaturnherbergi sínu.

Verst er að komast ekki heldur í fjöruna í dag, of kalt, of hvasst, of mikið brim. Brimsaltar öldurnar brúnar og gular á glugganum og ekkert að lesa, því ekki um annað að ræða en að halda til undir sæng, blása í óbóið nokkra tóna og maula kannski kleinu eða tvær. Þá væri munur að hafa rabbabaralegg að sjúga og dýfa ofan í bleikan sykur í kari á náttborðinu.

Kannski var þetta rétti tíminn til að láta reyna á kraftaverkið, svona volg upp úr rúminu, með leifar af draumnum í augunum. Það var aldrei að vita nema sendiboði almættisins hefði farið um hana lágskýjuðum höndum um nóttina meðan hún svaf og hana dreymdi sama drauminn aftur og aftur. Að hún hlypi yfir fagurgult túnið sem var fullt af úrsérsprottnum sóleyjum, hún hljóp og hljóp og mannfjöldinn vék úr vegi hennar og sóleyjarnar viku úr vegi hennar, líkt og þegar sigurvegara í maraþoni er fagnað, svo hún gæti hlaupið, hlaupið, hlaupið, líkt og pabbi, líkt og pabbi hennar, þegar hann hljóp aftur til skipsins frá mömmu, þegar hann hljóp frá henni ófæddri.

Hún bað til guðs að í dag gæti hún gengið og hún dró fæturna varlega undan sænginni og horfði á þá rannsakandi. Þeir voru langir, grannir og ekki vöðvamiklir en þó af holdi og blóði. Ef hún gæti gengið óstudd myndi hún eyða dögunum í að spássera um allar trissur og sveifla handleggjunum. Þar með öðlaðist líf hennar nýjan tilgang. Hún myndi leggja mikið upp úr skófatnaði, eiga skó sem hæfðu hverju tækifæri og til þess nægði ekki sérstakur skóskápur, líklega þyrfti sérstakt skóherbergi. Nína myndi eftirláta henni gestaherbergið. Á göngunni myndi nýi takturinn kveikja ný orð og það myndu kvikna alls kyns myndir og hugmyndir. Fyrst eitt og eitt orð á stangli, en smám saman myndu orðin safnast fyrir í orðalagera, sprengja af sér heilu skemmurnar, svo þyrfti að stinga út úr og endurnýja reglulega og sortera í ritgerðir og bréf og fleira smálegt. Sjálf myndi hún hraða ferðinni því hún ætti brýnt erindi í bílskúr austarlega í bænum. Og síðan myndi hún arka veg af vegi ekki skakklappast, ekki skjögra, ekki draga tærnar, heldur stika hnarreist um bæinn og fylla svartar strendur sporum, búa til gljúpan slóða vík úr vík þar sem enginn hafði áður átt leið um.

Og í skólanum næsta dag myndi hana ekki vanta orð og kennarinn myndi ekki taka eftir hæpinni notkun tíða, beygingar og endinga. Hann væri of upptekinn að bíða eftir því að hún stæði upp og gengi út á nýju fótleggjunum sínum. Bíða eftir taktinum sem fyllti stofuna.

Fótatak hennar myndi virka eins og segull á alla nærstadda, göngulagið eitt myndi draga að henni vini. Hún gæti jafnvel leyft sér að vera leiðinleg og afundin af því hún hefði göngulag sem gæfi svo margt til kynna, alveg sérstakan persónuleika. Það sem aðrir segðu með orðum myndi hún gefa til kynna með líkamanum, hún myndi koma öllu til skila með fótunum. Hún þyrfti ekki framar að fást við orð frekar en hún vildi. Það er merkilegt aðdráttarafl sem hún Ágústína hefur, myndi fólk segja, hún ber sig svo vel. Og hún myndi brosa og stikla milli pollanna austur götuna, svo heilbrigð, svo venjuleg, svo óvenjulega aðdáunarverð. Síðan myndi hún, fyrirvaralaust og án nokkurs tilefnis, stökkva upp í loft, finna fjaðurmagnaðan kraftinn í nýju fótleggjunum. Af hverju stekkur fólk ekki tilefnislaust upp í loft?

Hún myndi dansa alla dansana sem hún kann inni í sér, tsja, tsja, tsja, samba, rúmba; aðallega við sjálfa sig í turninum en líka í upplýstri stofunni á kvöldin. Um að gera að halda mjöðmunum kyrrum og lausum og læða síðan fótleggjum út til hliðanna og teikna mjúka hringi með stórutánni á trégólfið. Fólk staldrar við úti á götu og horfir upp í gluggann og Vermundur snýr sér frá konunni á stigapallinum á móti og hættir við að gyrða skyrtuna ofan í buxurnar til að geta dáðst að henni út um þakgluggann.

Á öðrum degi nýs lífs myndi hún skokka upp á Fjallið eina, afgreiða fyrsta tindinn af öllum heimsins tindum, síðan tækju önnur fjöll við.

Hún var nokkuð vongóð þegar hún lét bera fótleggina nema varlega við kalt gólfið með augun ennþá lokuð. Ekki hugsa neitt, tæma algjörlega hugann, láta guð sjá um afganginn. Og smám saman ýta sér fram úr og færa þungann yfir á fæturna.

Í þann mund sem hún hrundi niður á gólfið, heyrði hún fótatak sem liðaðist upp brakandi stigann. Nína bankaði laust á hurðina.

Þessir vel sköpuðu fætur taka ekki við skilaboðum að ofan. Þeir láta ekki að stjórn, þótt hún reyni að koma þeim á óvart, tæma hugann og láta sig gossa fram úr rúminu á morgnana. Tak sæng þína og gakk, sagði Kristur og maðurinn stóð upp og gekk út. Hann notaði orð. Orð eru seig og til alls fyrst. Hennar fætur taka ekki við orðum, hvorki í formi bæna né fyrirskipana að ofan. Það var ekki hægt að laga hana, hún var gölluð frá fyrstu hendi.

– Er ekki allt í lagi, Ágústína mín, viltu að ég hjálpi þér á fætur?

Á fætur. Hún fálmaði í flýti eftir hækjunum, vatt sig áfram á olnbogunum eins og skæruliði inni í rörahólk í leynilegum þjálfunarbúðum, og náði að kraka eftir annarri hækjunni langt undir rúmi áður en hurðin var opnuð.

Nína stóð í gættinni.

– Ég er þá farin að hitta kennarann þinn. Slátrið er á pönnunni, það er eftir að sykra það og stappan í pottinum. Vinur þinn hringdi og sagðist vera á leiðinni.

XIII

Kennarinn tók niður gleraugun, hélt spönginni milli vísifingurs og þumalfingurs og sveiflaði þegjandi gleraugunum í hringi meðan hann horfði á Nínu. Síðan hóf hann mál sitt.

– Það verður að segjast eins og er að Ágústína nálgast þau verkefni sem skólinn leggur fyrir hana oft og tíðum á afar undarlegan hátt. Byrjar á jöðrunum, ef svo má segja og fer þaðan út í óskylda útúrdúra og gleymir sér. Guð má vita hvernig hún hugsar og ályktar. Hugsun hennar virðist liggja í margar áttir samtímis.

– Hún er kannski svolítið draumlynd stundum, hún Ágústína mín.

Hann blaðaði hratt í gegnum nokkrar handskrifaðar blaðsíður. Nína þekkti rithöndina.

– Ef notaðar eru líkingar er lágmarkskrafa að viðkomandi ráði við smíðina, að þær standist rétta hugsun. „Bráðnar ofan af eyjunni“, stendur hér. Hann bendir henni á þríundirstrikaða setningu á fyrstu síðu. Heldur hún að landið okkar sé ísterta sem bráðnar niður undir spennandi spurningaþætti í útvarpinu á föstudagskvöldi? Á tungu vorri er talað um leysingar. Leysingar er fallegt, kliðmjúkt orð sem dregur vel fram þær óbundnu væntingar sem við berum til landsins okkar; á vorin leysir snjó, það er skylt orðinu lausn, sem lýsir vel andlegri líðan norðurhvelshugar sem hefur verið fjötraður í klakabönd látlausrar inniveru og veðurlýsinga sem aldrei standast. Lausn er lausn úr klakaböndum, lausn úr álögum og lausn úr viðjum vanahugsunar. Íslensk leysing er fyrst og fremst andleg, þá kemur lóan og syngur dýrðin dí.

– Hún er ákaflega músíkölsk, hún Ágústína mín. Þarf ekki að heyra lag nema einu sinni þá er hún komin með línuna á óbó.

– Það er eins með stærðfræðina. Ég hef reynt að vera tillitssamur við hana vegna þeirra annmarka sem eru á heilsu hennar, til að mynda hlíft henni við að ganga um með ruslafötu að safna eplakjörnum að loknum nestistíma, en ef ég á að vera hreinskilinn þá held ég að hún geti ekki lært stærðfræði, þótt hún slampist oft, guð má vita hvernig, á rétta útkomu. Samband hennar við tölur er ekki normalt. Hún reiknar allt í huganum og horfir helst út um gluggann á meðan. Virðist ganga best ef heiðskírt er, ella renna tölurnar saman í gráþykkni. Ef hún setur tölur á blað þá staflar hún þeim og snýr á ýmsa kanta og býr til alls kyns fléttumynstur. Nokkurs konar þrívíddartalnamynstur með bakhliðum og skuggum, líkt og reikistjörnur úti í geimnum sem hún síðan nálgast úr ýmsum áttum. Hún virðist ekki skilja að tölur og útreikningar eiga sér aðeins framhlið. Um daginn yddaði hún blýantinn þar til nánast ekkert var eftir af honum, meðan ég var að vinna launalaust í frímínútunum við að útskýra fyrir henni stærðfræðina. Hún horfði svo hvasst á mig að ég viðurkenni að ég óttaðist að hún myndi stinga mig með blýinu.

– Það er svo fallegur strengur í henni Ágústínu minni.

– Ég held það þyrfti að senda hana í rannsókn. Hún gerir ekki það sem ætlast er til af henni. Ég sé ekki fyrir mér annað en að skólagangan verði endaslepp.

– Hún er sérstök, hún Ágústína mín, en hún er ákaflega góð stúlka.

– Það mætti athuga hvort gleraugu hefðu einhver áhrif.

XIV

Augnlæknirinn kom til bæjarins tvisvar á ári og fékk inni með tæki sín á efri hæð bókasafnsins.

– Augunum er stjórnað af heilanum sem sér um að velja það sem við sjáum. Sjón manns er greinilega aðskilin frá því sem hann sér. Þar fyrir utan er svo allt sem ekki sést berum augum, en maður veit. Gjörðu svo vel að setjast í stólinn.

Hann lét hana setjast í háan svartan stól á móti sér. Hún lét hækjurnar síga. Maðurinn var ákaflega lítill og hendur hans ískaldar þegar hann kynnti sig.

Hún reyndi að láta lítið fyrir sér fara í stólnum, en langur lærleggurinn gerði það að verkum að hné hennar rákust í innanvert læri hans.

Herbergið var aðallega notað sem geymsla fyrir handrit að sjálfsævisögum og minningaþáttum eftir bæjarbúa og undir bækur úr dánarbúum sem ekki var enn búið að flokka og skrá. Augnlæknirinn hafði komið fyrir flóknum og undarlegum tækjum á víð og dreif, fest upp stafaspjald og komið með lampa með marglitum perum.

– Sjón er flókið mál. Flestir láta sér nægja að horfa en sjá ekki, eða menn horfa ekki, en sjá samt. Hvað sérðu?

Hann slökkti bókasafnsljósin, svo logaði á rauðri týru, og sagði henni að horfa á appelsínugult ljós og síðan á annað grænt til vinstri og þá á nefið á sér og hún fann hvernig augun runnu í kross og hún horfði á hann rangeygð.

– Þetta er nokkuð sem hægt er að laga, annars er ein eftirsóttasta leikkona vestan hafs um þessar mundir illilega rangeygð og að sumu leyti getur þetta verið spennandi sjónarhorn á lífið. Þú ert hins vegar ekki rangeygð að upplagi.

Hann renndi framhjá henni svörtum og hvítum ferningum á borða meðan hann sagði henni að horfa áfram á nefið á sér, stara á það og láta ekki eftir sér með neinu móti að fylgja svörtum og hvítum ferningum eftir, en samt að telja þá sem færu framhjá hvort heldur til hægri eða vinstri og gefa um það skýrslu.

Heimurinn býr í auga þess sem horfir, sagði hann loks og leiddi hana út að glugganum og lét hana horfa upp í fjall og síðan út á haf og upp í himininn og bað hana að segja frá ýmsu smálegu sem hún sæi.

– Eyjarnar á firðinum, sagði hún, svartar og brattar, bát að koma inn með hlýra og aragrúa af fuglum á sveimi, mest fýl.

– Öll mín börn eru með sjónskekkju á vinstra auga og voru komin með gleraugu meðan þau voru enn á brjósti. Sjálfur hef ég aldrei getað dregið beina línu. Það er hins vegar ekkert að augunum í þér. Þú sérð allt sem þú þarft að sjá og vilt sjá. Hugurinn er heiður eins og himinninn þessa stundina, hvað sem verður á morgun. Hins vegar ættir þú ekki að lesa með vasaljósi undir sæng á nóttinni og ekki heldur við kertaljós í fjúkandi byl og rafmagnsleysi. Hafðu það í huga því það er spáð skarpri lægð.

XV

Frumsýningu hafði verið frestað um fimm vikur og síðan aftur um þrjár vegna ýmissa veraldlegra anna leikara í áhugamannaleikfélaginu. Af óviðráðanlegum orsökum, stóð í tilkynningu í héraðsfréttablaðinu. Mestu varðaði hversu lítið verslunarstjórinn, aðalleikarinn sjálfur gat gefið sig í leikinn frá afgreiðslunni í kjötinu. Þá setti sviðsmyndin líka strik í reikninginn þar sem miklu meira mál var að útbúa þröngan dal, umlukinn háum hamraveggjum úr frauðplasti, en menn höfðu fyrirfram gert sér í hugarlund. Það var þó ekki metnaðarleysi, heldur fyrst og fremst plássleysi sem setti sviðsmyndinni skorður, en það var jafnvel vönum hagleiksmönnum eins og Vermundi framandi að vera beðinn um að þjappa saman dölum og hamrabeltum með fyrrgreindum hætti en verða þó um leið að ætla leikurunum smugu á sviðinu. Helst þyrftu þeir að geta hreyft sig lítillega um frammi fyrir áhorfendum.

Sjaldan eða aldrei höfðu jafn margir bæjarbúar komið að uppsetningu leikfélagsins, Nína var að hefja sitt fertugasta leikár í hlutverki kvenskörungs sem sagði tvær setningar vinstra megin á sviðinu, Vermundur stóð hins vegar við upphafsreit leikferils síns í hlutverki þöguls óþokka og lék aðallega aftast, inni í gilinu. Sjálfri hafði henni verið boðið hlutverk stúlku sem sat í hvammi og gætti áa og þurfti ekki að standa á fætur fyrr en búið var að draga fyrir í hléi. Leikstjórinn ítrekaði ekki boðið, en sagðist hafa fullan skilning á afstöðu hennar. Það var líka spurning um áhorfendur í salinn til að halda úti að minnsta kosti fjórum sýningum.

Tímasetningin var því viku fyrir jól sem var kannski ekki besti tíminn, ef stíla átti upp á utanbæjarmenn. Mestu máli skipti þó að vera með frumsamið verk í höndunum, eins og formaður leikfélagsins benti á.

Hún situr í fráteknu sæti, aftast að eigin vilja. Þá gat hún haft auga með hinum í salnum.

Ljósið fellur ofan af hamrinum á konuna, það eru úðaperlur í hári hennar þar sem hún stendur grafkyrr á sviðinu miðju. Maðurinn hallar sér upp að konunni og kyssir hana. Tónlistin boðar vá og í fjarska heyrist í fugli sem gæti verið kría en hljóðið er myrkara og loðnara, en breytist síðan í ískur og hættir skyndilega. Við tekur árniður handan sviðsins. Maður kemur inn um dyr á bænum, kona tekur á móti honum, færir hann úr gráum frakkanum og tekur við hattinum.

Það er Nína, hún er að taka við fertugasta frakkanum á sínum leikferli og nokkrir klappa í salnum. Sælt veri blessað fólkið, segir maðurinn. Það er kaupmaðurinn, kliður fer um salinn enda maðurinn með myndarlegri mönnum og hefði mátt ætla honum glæstan feril utan heimabæjar ef hugurinn hefði ekki staðið til kjötsins.

Ég er þá kominn aftur til að kvænast henni. Fólkið segir eitthvað. Konan þegir og horfir upp til himins. Rústrautt ullartjaldið fellur niður og ljósin í salnum kvikna. Klappið fjarar út eftir að aðalleikarinn hefur tekið við rauðri nellíku af fyrsta bekk sem er í rauninni óskiljanlegt á þessum árstíma í blómalausum bæ. Sjálf hafði hún fermst með dalíu í stað nellíku, þó höfðu verið pantaðar þrettán nellíkur til eyjarinnar um vorið en ekki borist nema tólf.

Fólkið er hætt að brosa og risið úr sætum. Jafnskjótt eru leikfélagsmenn farnir að raka saman klappstólunum og raða sex, sjö saman í kippum og inn í klappstólageymsluna. Þeir falla eins og spilaborgir og það er opið út á plan og grillir í olíubrákaðan sjóinn í gegnum trébryggjuna. Myrkrið leggur alla leið inn í gang. Hún ætlaði að bíða eftir Nínu.

– Það er eins og maður hafi orðið fyrir lífsreynslu, segir kona í hlébarðatopp fyrir framan hana við sessunaut sinn.

– Já, það er ekki hægt að vera frjáls ef maður dáir einhvern of mikið.

– Já, það segir sig sjálft að frelsi er ekkert frelsi ef maðurinn er raunverulega ástfanginn af konunni.

– Já, það má segja að hann hafi skapað sér sín örlög af fúsum og frjálsum vilja.

– Já, enginn skyldi láta annan mann segja sér það sem hjartað veit.

– Nei.

Hann hafði ekki komið, hafði áreiðanlega ekki verið í salnum, var líklega í smiðjunni, þar sem hann fékk að nota ofninn og ýmiss konar efni á kvöldin þegar Vermundur var upptekinn í leikhúsinu.

Baksviðs voru menn sammála um að sjaldan hefði verið önnur eins rífandi stemmning á frumsýningu félagsins og flestir voru á einu um það að rétt og áhrifamikið hefði verið hjá Vermundi að hafa óþokkann svipbrigðalausan inni í gilinu. Nína ætlaði að fagna áfram með hópnum svo hún fór ein heim upp sundið.

Þegar hún kom út í myrkrið var dálítil mannþröng úti á götu fyrir neðan samkomuhúsið. Prúðbúið leikhúsfólkið stóð þétt og þögult saman í hálfhring í kringum dökka, loðna þúst á miðri götunni. Hún haltraði í áttina til þeirra og olnbogaði sig í gegnum þvöguna. Höfuð hestsins var reigt aftur, sjáöldur þanin, froða um munnvikin, og fætur sýnilega brotnir, þó var ekkert blóð sjáanlegt á kviðnum. Bæði framljósin á vörubílnum voru brotin og húddið beyglað hægra megin, annað ljósið lýsti þó ennþá upp sviðið.

– Hann kom bara skyndilega æðandi út úr myrkrinu beint fyrir bílinn og engu líkara en hann ætlaði sér inn í samkomuhúsið.

Karlmennirnir þreifuðu inn í vasana á svörtum jakkafötunum eins og þeir byggjust við því að finna þar kindabyssuna frá í haust en ekki afrifur af leikhúsmiðum og hálfa perubrjóstsykurspoka. Nokkrir vasapelar komu í ljós og voru látnir ganga hálfhringinn á meðan spáð var í málin.

Hann var í smiðjunni. Það var kveikt upp og birtan frá opnum eldinum þrengdi sér út í gegnum snjóskaflinn sem náði langt upp á gluggann. Í skaflinum miðjum var heiðgul dæld og samlit rák niður. Lögreglustöðin með eina fangaklefa bæjarins var í kjallaranum í næsta húsi og þeir fengu stundum að létta á sér í eldliljubeðið við smiðjugluggann áður en farið var með þá inn í járnunum til að láta þá sofa úr sér eftir frumsýningar. Það sparaði tíma við skýrslugerð og þrif á klósettinu sem lögregluþjóninum var uppálagt að sjá um og gaf honum oft aukið næði til að sinna uppstoppun á friðuðum fuglum.

Hún bankaði laust á hurðina í þann mund sem skotið reið af neðan af plani.

– Sæll, þú komst ekki.

Hann tók á móti henni með glóandi járnið í töng í annarri hendi og í grænni peysu sem strekktist yfir viðbeinin.

Það var heitt inni, heitt og þurrt og lykt af járni og olíu og hún kunni ekki við að setjast í róluna, en hallaði sér upp að skápnum í horninu, lét hækjurnar síga hægt og lokaði augunum. Hann sagði fyrirgefðu, og málrómurinn var kannski óvanalega djúpur fyrir svo ungan mann, nema það hafi verið reykurinn frá eldinum sem lagðist svona í raddböndin, hann þurfti að komast í skápinn á bakvið hana og ná í nokkur verkfæri. Hann var kominn úr peysunni og hún úr úlpunni og hún fann fyrir appelsínugulri birtunni í gegnum lokuð augun, líkt og inni í tjaldi. Líkt og liggjandi á vindsæng í fermingarsvefnpokanum með rennt upp að höku. Það hafði gert næturfrost á uppstigningardag og hún hríðskalf í tjaldinu í horni garðsins.

– Þú ættir ekki að leika þér að eldinum.

Hann var kominn til hennar og búinn að rífa sig úr bolnum líka og hún finnur hitann á augnalokunum þegar hann teygir sig með járnið í annarri hendi til hennar, nei, leggur frá sér járnið og labbar til hennar þar sem hún liggur ekki lengur og hríðskelfur af kulda í fermingarsvefnpokanum, heldur stendur með tærnar rétt á bjargbrúninni. Henni súrnar í augum.

– Ég er ekki að smíða neitt sérstakt, smíða bara fyrir sjálfan mig, utan eina og eina aringrind, viltu dansa?

Hann tekur spóluna úr tækinu og snýr henni við, spólar um stund fram og til baka í leit að réttu lagi, hættir við og snýr til baka. Það er þögn á smiðjugólfinu og hann tekur utan um hana, öðruvísi gengur ekki að dansa, og þau dansa hægt og þétt í tónaleysinu. Henni er brennheitt á gagnaugunum og eldurinn var líka í höndunum og hárinu og niður hálsinn, hann heldur utan um hana í myrkrinu, en hún sér ekki neitt, ekki glætu, á meðan þau færast hægt yfir í hinn enda smiðjunnar, burt frá eldinum í áttina að skotinu þar sem riffillinn stendur óhreyfður.

XVI

Það eru vissir hlutir sem hún ætlar að flytja með sér á brott þegar hún fer héðan, til að mynda verður alltaf einfalt gler í glugganum hennar. Einfalt gler er forsenda frostrósa og hvað væri líf án hvítra frostrósa í daglöngu vetrarmyrkrinu.

Nína er mikil jólamanneskja og er búin að setja bómull í gluggakisturnar í kringum stytturnar og begóníurnar, glimmer á gluggana og mynstraðar gardínur með vitringum þremur fyrir stofugluggana sem fara ekki illa við þrískipt heilsársveggfóðrið. Saumavélarnar voru komnar niður í kjallara og fannhvítar rjúpurnar, utan blóðstorkan á bringunni, út á snúru þar sem þær héngu, spyrtar saman á löppunum, tólf við hvorn snúrustaurinn. Þær voru rétt að verða meyrar. Á milli þeirra þrennar húðlitar nærbuxur af Nínu (sjálf myndi hún aldrei hengja af sér nærbuxur út í garð) og nokkur beinfrosin viskustykki.

Í blárri skímunni um hádegisbilið hafði Nína hnikað til viskustykkjum og fuglum svo hún gæti viðrað dúnmjúkar sængurnar, flestar konur í bænum voru einmitt að viðra bláar sængur á snúrum í bakgörðum um þetta leyti. Umliðna nótt hafði Nína lokið við að baka síðustu þrjár sortirnar, hálfmána, gyðingakökur og spesíur á meðan hún sjálf lá vakandi fram undir morgun og las þýddar endurminningar stríðshetju frá Kákasus. Nú færi senn að líða að því að hún gæti ráðið því hvenær sólarhringsins hún svæfi og hvenær hún læsi. Þegar hún kom niður um morguninn var Nína að raða kökunum í dunka. Tunglið skein beint ofan á vaxdúkinn, lá beinlínis ofan á eplunum í skálinni á eldhúsborðinu.

Vermundur kom á tilsettum tíma til að setja seríuna í rennuna, þennan eina klukkutíma sem sólin skein lárétt inn um gluggana í bænum. Það var ekki kvenmannsverk.

Hún sat á tröppunum með hálfuppraknaða, dökka fléttu undan alpahúfunni og fylgdist með honum þar sem hann stóð í stiganum og skrúfaði grænar perurnar í ljósastæðin. Það var samstaða um það að þær Nína væru með græna seríu en þau á númer fimm rauða og á númer níu gula, en einhverra hluta vegna voru afföllin ávallt mest af grænu perunum.

– Við fækkum þeim bara niður í átta, það verður að duga í ár. Nína var hálf út um gluggann. Tólf í fyrra, sextán í hitteðfyrra, tuttugu og fjórar upphaflega.

– Það er varla að rennan beri þær, steypan er gegnsósa í kantinum og allt heila gillið hriplekt. Það þyrfti að gera við þakið.

– Það er stundum bagalegt karlmannsleysið, Venni minn, eins og við segjum gjarnan okkar á milli, konurnar. Það er spurning hvort þú gætir ekki verið okkur innan handar með lekann.

– Ég mæti allavega á hádegi á morgun í skötuna. Og verð með dömu og flösku með mér. Búið ykkur undir það.

Söngurinn skar loftið rétt ofan við höfuð sparibúinna kirkjugesta. Það var eiginkona safnaðarformannsins sem lék undir á gítar.

Á síðastliðnum sjö árum höfðu þrisvar gerst kraftaverk á jólasamkomum safnaðarins. Síðast hafði rúmliggjandi sjúklingur til margra ára, fullorðin kona sem borin var í hús drottins í rúmi sínu, vitnað um bólstað orðs Krists í brjósti sínu með því að rísa skyndilega upp úr rúminu, stíga fram á gólfið fyrir framan gesti, hefja sig upp á tábergið og lyfta höndunum hægt upp eins og alda sem reis, mjúk eins og risavaxinn ánamaðkur. Sjálf hafði hún ekki verið á samkomunni en vænghafið var stórkostlegt, sagði Nína, þegar hún nánast hóf sig til flugs fyrir augum safnaðargesta, áður en hún hné örend niður.

Kirkjan var þéttsetin, allt að tólf á hverjum bekk, kápuöxl við kápuöxl og staðið aftast. Margir með uppbretta kraga. Fyrir miðju altarinu hékk frelsarinn, gullinlokkaður, í stórbrotnum ramma.

Presturinn var langur og opinmynntur og slútti yfir tvær fremstu sætaraðirnar úr stólnum þegar hann talaði. Hvítstífaður kraginn féll þétt að hálsinum miðjum og virtist þrengja að röddinni sem átti í upphafi hverrar nýrrar málsgreinar erfitt með að brjótast út úr barka mannsins en náði sér síðan á strik og endaði í háum tóni í lok hverrar setningar, sem stundum var slitin sundur af innöndun ef setningar voru fram úr hófi langar.

Einhver hafði skilið hurðina eftir í hálfa gátt út á myrkan fjörðinn og kófið kom í gusum, lá í hvítri skán á kirkjugluggunum og lak þaðan niður.

Það hafði skapast hefð fyrir því að Vermundur vaktaði pottana á meðan þau væru í kirkju, byggi til sósuna og legði á borð. Sósan var það eina sem hann kunni fyrir sér í eldamennsku, en engu að síður var spennan í kringum sósuna og leyndardóma hennar ávallt mikil á hverjum jólum og helsta umræðuefnið yfir borðum. Sósan skyggði á allt annað, jafnvel rjúpurnar sjálfar, og voru menn sammála um að hún væri aldrei alveg nákvæmlega eins frá ári til árs.

– Allir hafa syndgað, segir í Rómverjabréfi, og skortir guðs dýrð. Og ef þú átt ekki guð í þínu hjarta, þá vil ég hvetja þig til að skoða þitt hjarta. Amen. Presturinn þreifaði fyrir sér undir hempunni, það heyrðist skrjáf í bréfi, og stuttu síðar stakk hann upp í sig karamellu.

Hún var seinust á fætur þegar söfnuðurinn stóð upp og rétt búin að klöngrast á lappir þegar fólkið hafði meðtekið guðs orð og sest niður aftur. Það tók vissulega á. Fulltrúi almættisins beindi orðum sínum sérstaklega til hennar í salnum. Guð hafði eina ferðina enn ákveðið að beina spjótum sínum að henni. Hún var útvalið tilraunadýr sem átti sér engrar undankomu auðið sama hversu lítið hún reyndi að láta fara fyrir sér í miðjum fjöldanum.

– Við skulum njóta tóna drottins.

Gítarinn var þó bót í máli.

– Já sólskinsbarn, já sólskinsbarn, já guð vill að þú sért honum sólskinsbarn, já sólskinsbarn, já sólskinsbarn, já guð vill að þú sért honum sólskinsbarn.

Eftir jólaguðspjallið lagði predikarinn út af holdinu og andanum. Hún var reyndar sammála honum um að höfuðið, þar sem andinn byggi, væri líklega mikilvægasti hluti líkamans, mikilvægari en til dæmis fætur. Að vísu hafði hún séð viðtöl við langhlaupara sem virtust hamingjusamir af því einu að geta hlaupið. Þeir tvístigu eins og taugaspenntir hestar við rásmarkið undir sjónvarpsviðtalinu með blautt hárið, annaðhvort af svita eða þá nýkomnir úr sturtu. Alltaf með kjálkana lausa þegar þeir töluðu til að viðhalda snerpu í fótum og slökun í efri hluta líkamans. Hún hafði samt ekkert á móti því að prófa að vera bara líkami. Bara líkami og láta sálina liggja á milli hluta. Þó ekki væri nema í viku eða svo, jafnvel eina jólahelgi, í vellystingum uppi í sófa. En guð stóð ekki í samningum.

– Kirkjunnar menn greinir í raun ekki á um það

hvort sálin sé andi, loft eða hold, tvívíð eða þrívíð, hélt presturinn áfram og hélt svo fast um brík predikunarstólsins að hnúarnir bleikhvítnuðu.

– Ég hygg að þeir séu fáir sérvitringarnir sem myndu telja hana tvívíða eins og hvíta pappírsörk, því jafnvel þótt í upphafi hafi verið orðið, þá var það ekki hið skrifaða orð, heldur var orðið laust og frjálst frá undirstöðu sinni, það flögraði um í ónumdum, myrkum himingeiminum, fjarri hvítum blöðum bókarinnar. Bókin var ekki enn orðin til né heldur hin fyrsta kona.

Hann var stiginn úr pontu og genginn út að fimmta bekk til vinstri þar sem hún sat innst inni, og talaði þaðan.

– Þá er það staðfest af fræðimönnum að sálin hefur ekki ákveðna lögun eða lit, líkt og til að mynda heilinn í flestum mönnum er fölbleikur.

Úr salnum lá leiðin í tröppuna gegnt söfnuðinum þar sem hann settist niður. Það var komið að því sem mörgum þótti mest um vert; að leggja frjálslega og persónulega út af skrifaða orðinu.

Hún fann fyrir skyndilegri nærveru hans og í sama mund var togað laust í hárið á henni. Hún sneri sér við. Hann sat á bekknum fyrir aftan hana og brosti breitt.

– Mér datt í hug að ég myndi finna þig hérna að hlusta á hryllingssögur.

Og jafnskjótt er hann búinn að færa sig og sestur á bláendann við hliðina á henni. Hann dregur pakka upp úr vasanum og réttir henni. Nína sat með lokuð augun og leit út fyrir að vera andlega fjarverandi.

– Það er heimasmíðað, þú opnar hann seinna.

Læri þeirra lágu saman í kirkjunni, hann var í bláum buxum. Áður en hún vissi af, hafði hún fært höndina af sínu læri yfir á hans læri. Hann lagði aðra höndina á herðablað hennar og strauk henni laust um bakið.

– Nú skyldu menn ekki rugla saman sál og heila. Engu að síður hefur nú borist um það bréf frá biskupi að gerð hafi verið samþykkt á prestaþingi um endanlegan bústað sálarinnar – vegna mikils skorts á líffærum til flutninga. Presturinn dró samanbrotið biskupsbréfið úr brjóstvasanum og rýndi í það. Samþykkt hefur verið með tveimur þriðju hluta atkvæða að sálin búi í höfðinu, nálægt heiladingli en sé ekki með reikulan samastað í líkamanum. Þannig að það er velkomið að taka hjarta úr manni og lungu og lifur og nýru og flytja í laskaðan búk annars manns eða konu, án þess að eiga á hættu að sálin færist á milli líkama með gömlum líffærum. Við skulum taka á móti Jesú Kristi sem frelsara, lofa drottin og biðja.

Þau fléttuðu saman fingur, án þess að nokkur tæki eftir þeim í hálfrökkri helgidómsins.

Sparibúið fólkið reis úr sætum. Enginn sagði orð meðan sætaraðirnar fikruðu sig undir útspilinu í átt að útgöngudyrunum í austur.

XVII

Það bólaði ekkert á deginum inni í þessu svarta vetrarmyrkri. Hún vaknar í myrkri, skakklappast í skólann í myrkri, þræðir götuna álút milli svellbunkanna, grárra og brúnna og grýlukertin hvarvetna ógnandi niður úr þakskeggjum. Það eru engir litir í náttúrunni, engin lykt, engin nálægð, engin fjarlægð. Og hljóðleysið algjört í turninum þótt allt sé komið á ólgandi, bullandi kreik annars staðar í bænum.

Í fimmta tíma fer dagurinn rétt að blána út um gluggann, eins og himinblátt lak opnast dagurinn skamma stund inn í myrkrið um hádegisbil. Þar á eftir samfelld nótt á nýjan leik.

– Við urðum til í myrku móðurskauti, segir kennarinn, þess vegna er myrkrið frjósamt, myrkrið er gott vegna þess að líffærin starfa best í myrkri, þegar við deyjum hverfum við aftur til myrkursins.

Heldurðu ekki að ég hafi rekist á íslenskan spóa í gær standandi á öðrum fæti á kóralrifi í hitamollunni með útlenska sardínu í bogna nefinu sínu. Svei mér þá ef þar var ekki kominn sami síkviki fuglinn og gerðist ótrúlega nærgöngull við okkur þar sem við lágum saman úti í móa heima í sumar. Lífið er sannarlega sambland af kringumstæðum og tilviljunum, ég hef kynnst manni. Ástarkveðjur.
Þín mamma.

Hún þarf að finna sér eitthvað að hugsa um á meðan kennarinn ræðir um notkun og ofnotkun orðsins „drulla" í snemmbúnum leysingaróði hennar til vorsins. Til að mynda augnablikin. Ef gengið er út frá því að hvert meðalaugnablik, ekki bíóaugnablik, vari í þrjár til fjórar sekúndur, þá eru fimmtán, tuttugu augnablik í einni mínútu sem er ekki lítið þegar horft er til þess að örlög manna ráðast oft á einu til tveimur augnablikum. Meðalævi konu samanstóð því af sjö hundruð tuttugu og fimm milljónum, sex hundruð sextíu og fimm þúsund marktækum augnablikum þar sem ótrúlega margt gat farið úrskeiðis, þar sem brugðið gat til beggja vona, líkt og þegar barn fer niður um vök á ís.

Þannig er gott að finna sér eitthvað að hugsa um á meðan svartur skýjabakkinn er dreginn yfir sviðið eins og tilkomumikil flauelsleiktjöld.

– Í öllum föllum, eintölu og í ýmsum samtengdum orðum. Titillinn er svo sem nógu hefðbundinn.

Bekkjarfélagarnir fylgjast grannt með viðbrögðum hennar. Hún er fegin því að Salómon skuli ekki vera í bekknum.

– Þá geri ég einnig athugasemd við setninguna „sjórinn var kreist appelsína". Hver hefur með leyfi kreist sjóinn? Og af hverju er hann appelsína? Sjór er sjór, ókei. Það eru til ýmis orðatiltæki sem tengjast hafinu til dæmis að míga í saltan sjó en hér er ekki verið að fiska eftir skáldskap heldur góðu málfari, eðlilegum texta.

– Þið takið eftir, sagði hann, og var farinn að beina máli sínu yfir bekkinn, að ég nota hér „að fiska eftir" eðlilega og áreynslulaust, enda margar líkingar daglegs máls runnar úr sjómannamáli. Sem er rökrétt, ekki satt, þar sem við búum á eyju umkringd hafi og komumst hvergi, að minnsta kosti ekki jafn flughræddur og sjóveikur og ég er, svo maður tali nú ekki um mann með mín laun. Og þykir mörgum undarlegt að jafn víðsýnn maður hafi hvergi farið utan, sé ekki sigldur. Í stað djúsaðrar appelsínu hefði mátt nota blóðrautt sólarlag. Þannig hefði mátt hugsa sér að sjónum blæddi til ólífis, að dagurinn væri aflífaður og honum blæddi eins og gyðinglegu lambi til vesturs.

Krókódíllinn er líklega eina skepnan sem bítur á meðan hún er enn að skríða úr egginu. Félagi minn sem er sérfræðingur í finkum fékk að reyna það í gær. Við höfum unnið talsvert saman síðustu mánuði, hef ég ekki sagt þér frá honum?

Það var gefið frí í stærðfræði í sjötta tíma og öllum sagt að fara heim þar sem kyngt hafði niður snjó um morguninn og hann snúist í norðvestan tíu vindstig og skafrenning á skömmum tíma.

Það sést ekki út úr augunum, allt er jafnhvítt og hún liggur á hækjunum upp í láréttan bylinn. Borar öðrum stafnum ofan í fönnina í einu, njörvar hann fastan, kippir síðan hinum stafnum upp úr og borar honum niður fimmtán sentímetrum framar, líkt og hún væri að búa til holur til að setja niður kartöflur. Líkt og það væri vor og hún að vinna í einkagarðinum sínum. Fótar sig þannig hægt og örugglega á móti heiminum, finnur hvað hún er sterk, hvernig hún leggur heiminn að velli, að fótum sér, upp á eigin spýtur.

Hvít leið hennar er stráð svörtum holum. Á milli holanna mótar stutta stund fyrir sólum sérsmíðaðs skópars númer þrjátíu og sex áður en skefur í sporin. Hún er brautryðjandi á leið sinni heim úr skólanum þennan fimmtudagsmorgun í janúar og skilur ekki eftir sig nein verksummerki fyrir þá sem á eftir koma. Allt er hvítt og hún sér ekki handa sinna skil, engin hús, ekkert fólk, enga bíla, finnur ekki fyrir hvítum ókleifum vegg Fjallsins eina, hvorki á hægri né vinstri hönd, framundan eða að baki, fyrir ofan eða undir, því heimurinn er hvít hringekja og hún skynjar engar áttir á stóra túninu sunnan skólans þar sem áður uxu sóleyjar og fíflar og hér um bil þar sem hún fann óvænt sex laufa smárann í fyrravor.

Hún liggur á maganum í grasinu undir hádegissólinni, greiðir grasið sundur með fingrunum, fer blíðlega höndum um smárana, svona fínlega, nær ósýnilega í grængresinu, nema legið sé með andlitið rétt ofan við heita moldina, fléttar blöðin sundur og telur varlega, eitt, tvö, þrjú, eitt, tvö, þrjú, eitt, tvö, þrjú, eitt, tvö, þrjú, fjögur, fimm, sex. Hún strýkur aftur yfir blöðin á smáranum ennþá rótföstum og telur á nýjan leik áður en hún kippir honum upp; eitt, tvö, þrjú, fjögur, fimm, sex blaða smári, óskastund.

Hér hefur orðið stökkbreyting af ókunnum orsökum við æxlun. Hún lokar lófanum utan um plöntuna og stingur undir peysuna áður en hún bögglast á fætur. Um kvöldið stingur hún smáranum inn í Opinberunarbókina og leggur varlega aftur. Ellefu hundruð fimmtíu og átta síður af helgu orði sjá um að jafna þrýstinginn og að pressunin gangi snurðulaust fyrir sig. Hún hefur orðið mikillar gæfu aðnjótandi í dag. Síðan er að bíða þrjú full tungl eftir að óskin rætist.

Hún gengur ekki lengur á jörðinni, heldur á hvítum himnaslóða og hún finnur hvernig blautur taumur lekur niður hálsinn, undir hálsmenið frá Salómon og volgnar á milli smárra brjóstanna, saltur skafrenningur sem endar inni í naflahvilft.

Erfiðasta glíman er eftir. Yfir girðinguna og skurðinn. Hvers vegna fór hún ekki götuna, troðnar slóðir, sömu leið og aðrir?

Annars skiptist tíminn hér bara í tvennt, þurrkatíma

þegar fötin manns skrælþorna á augabragði og regntíma þegar allt er rakt, dagbækurnar bólgna upp og fötin límast við mann í mollunni.

Fínt að heyra að þér gengur vel í skólanum, ég átti ekki von á öðru. Maður verður að vera sveigjanlegur, ég hef minnst á það við þig áður. Geta lagað sig að kringumstæðunum.

Saknaðarkveðjur.

Hún finnur hvernig augnahárin verða hvít og blaut, þung sylla sem byrgir henni sýn út í heiminn, hún lokar augunum og ímyndar sér að hún sjái liti og finni lykt og hún grípur fastar um hækjurnar og finnur hvernig handleggsvöðvarnir harðna þegar hún tekst á við það sem framundan er. Gott er að hafa ljóð að grípa til á svona stundum. Hjalla meður græna. Spræna. Grátbæna. Fífil að grafa, sex á landi, sjö á sandi. Hún er brúður með langan, hvítan slóða á eftir sér. Það er að minnsta kosti bót í máli að hún hefur tekið sig á í sögnunum. Hækjurnar eru pikkfastar, fæturnir líka, djúpt niðri í hvítu malbikinu og bíða þess að steypan harðni í kringum þá. Hún finnur ekki lengur fyrir fingrunum innan í vettlingunum. Bráðum stendur hún ekki lengur uppi og frýs í hel miðja vegu milli skólans og mysingsgula hússins þeirra Nínu. Finnst ekki fyrr en eftir fjóra mánuði þegar fer kannski að vora og klakinn bráðnar ofan af eyjunni og rennur út í sjó eins og af risastórri ístertu.

Það er blístrað fyrir aftan hana.

Hún nær að líta um öxl án þess að missa jafnvægið. Út úr hvítum veggnum kemur Salómon, berhöfðaður, með hvítt ský á gleraugunum og í rauðu hárinu.

– Af hverju ferðu þessa leið?

– Af því að þá er enginn að kássast upp á mig.

– Það þorir enginn í þig lengur. Þú ert svo grimm, lætur þá heyra það.

Þau sneru við, hann gerði tilraun til að leggja höndina yfir öxlina á henni en handleggur hans var of þungur svo hann tók aðra hækjuna og greip undir handarkrika hennar og síðan um hönd hennar svo fast að hnúarnir hvítnuðu og röð fingranna aflagaðist og dró hana með sér. Hún fann að hún var öll orðin miklu heitari inni í sér og gangan talsvert léttari en áður.

Hliðið hafði fokið upp fimm vikum áður og stóð fastskorðað í skaflinum hjá valmúabeðinu. Það var ólíklegt að nokkur vorsól næði nokkru sinni að bræða hann. Það vottaði fyrir skugga af konu í glugganum.

– Kemurðu með mér upp að hlýja þér? spurði hún og skáskaut til hans þungu skýi af augnahárum í gegnum rifu á treflinum. Það lak úr hráblautu hári beggja niður andlitin. Hún fann heitan andardrátt á móti sér inn í gegnum trefilinn.

Dyrnar opnuðust skyndilega upp á gátt og inni í fjúkandi bylnum stóð Nína með feitispaða í hendinni og svuntuna bundna í kross á baki og á brjósti og síðan í slaufu á bakinu.

– Þá er rafmagnið farið af eina ferðina enn og ég með hálffullan pott af kleinufeiti. Þakka þér fyrir að fylgja henni heim, ég bið að heilsa kórstýrunni, móður þinni, þægileg kona og afskaplega fagmannleg.

XVIII

Jörðin er snjólaus en sums staðar er ennþá kristallsþunn skán yfir pollunum eftir nóttina. Þar mátti nota stafina sem ísbrjóta, fikra sig yfir blásilfrað svellið og þaðan út á tjörnina og jafnvel enn lengra út á ísilagðan fjörðinn ef hún kærði sig um.

Þau sitja miðja vegu milli sýningarvélarinnar og tjaldsins, reykblár ljósmökkurinn frá vélinni rétt yfir höfðum þeirra. Það eru fáir í salnum fyrir utan þau tvö. Líklega veðrið.

– *It's terrible to be lonesome, especially in the middle of a crowd.*

Konan er ótrúlega falleg, í bleikri blússu og með langa fótleggi, langt inni í brennandi eyðimörkinni en það er hending hvort textinn á tjaldinu fylgir talinu.

Áttin hefur snúist og það er að hvessa verulega, gluggi skellist aftur, spennist síðan upp og einhver umgangur er frammi í anddyri bíósins. Hann býður henni ópal.

– Má ég kyssa þig?

Filman er mjög slitin sem er bagalegt, einkum þegar andlit ljóshærðu konunnar fyllir næstum út í tjaldið. Hún er með græna eyrnalokka og sýnilega í mikilli geðshræringu þegar hún lagfærir slæðuna um hálsinn. Ljósin í salnum blikka og myndin stöðvast augnablik í mikilvægri setningu en heldur svo áfram. Konan og maðurinn rífast, hann er í hvítri skyrtu með stífpressaðan flibba, hún í svörtum samkvæmiskjól með berar axlir. Skotið ríður af og blóðið rennur í mjóum taumi frá gagnauga mannsins niður á hvítan skyrtukragann.

Rigningin bylur á þakinu, þrýstingurinn eykst, brothljóð heyrist og eitthvað slæst utan í húsvegginn, eflaust örvæntingarfullt vængjablak fugls sem er fastur með fæturna í vír, þar til þeir rifna af og fuglinn flýgur augnablik frjáls áður en vindurinn tætir hann á hol.

Textinn hverfur fyrst, síðan fer hljóðið af myndinni. Fólkið heldur áfram að hreyfa hljóðlausar varir og hökur. Konan er eitthvað að vandræðast í kringum líkið, hún færir til fuglinn í búrinu og horfir síðan beint fram í sal til þeirra. Hún ætlar að segja eitthvað við þau í trúnaði, en myndin sem fyrir augnabliki var öll á iði, blikkar þess í stað þögul á tjaldinu. Augnaráð konunnar er frosið, en þó á einhvern hátt traustvekjandi. Réttu augnabliki síðar skreppur andlitið saman og sogast inn í lítinn ljóspunkt á miðju tjaldinu, slokknar síðan alveg. Það er þögn í salnum og myrkur.

Spennan innan dyra raknar jafnskjótt upp og Salómon tekur handlegginn af öxl hennar.

– Komdu, segir hann og togar í hana, við fáum endurgreitt. Þau þreifa sig áfram í áttina að útgöngudyrunum og upp sundið. Miðasölukonan er hvergi sjáanleg. Himinninn er annarlega upptendraður og hún hangir í honum upp við vegginn og þau fjúka á milli girðingarstaura í spennitreyju vinds. Félagarnir úr bíóinu eru gufaðir upp, foknir út í veður og vind og köld rigningin gælir ekki við þau, heldur bylur á andlitum þeirra og hitt og þetta lauslegt fýkur um í kringum þau. Þau eru rétt við einkagarðinn hennar þar sem reynirinn, eitt þriggja trjáa í bænum, slæst til, brúnn og ber, svo rótgróinn svörðurinn bungast ískyggilega upp og smám saman missa ræturnar jarðsamband sitt og tréð rifnar upp og fellur hægt til jarðar eins og í hljóðlausri aldamótakvikmynd.

Stundum getur verið gott að horfa á lífið hlutlaust, eins og bíómynd, en þó ekki tilfinningalaust. Ekki svo að skilja að ég komist mikið í bíó, við reynum þó stundum að fara ef við komum í stærri borgir, upp á tilbreytinguna. Síðast sá ég mynd á arabísku, það var reynsla út af fyrir sig.

Þannig er gott að draga sig nokkur augnablik í hlé úr lægðarmiðjunni, vera fjarverandi og samt á staðnum, vera önnur en þó hún sjálf, líkt og hún væri að leika í kvikmynd með vini sínum í sundinu rétt við garðshornið með upprifið reynitréð rétt við fætur þeirra, hún í sérstakri loðfóðraðri kvikmyndaúlpu, hann í ekta kvikmyndavaðstígvélum og lopapeysu. Ekkert af því sem gerist, gerist í raun og veru. Jafnvel hækjurnar eru blekking úr smiðju leikmunadeildar, fyrst notaðar í frægri mynd af svörtum uppgjafahermanni, hlöðnum heiðurspeningum.

– Taka.

Kvikmyndatökuvélin hringsólar yfir höfðum þeirra, fylgir eftir andlitum þeirra, rökvíst og kalt, nemur staðar stutta stund við gleraugu Salómons sem eru blaut bæði að utan og innan. Fötin eru gegndrepa og hrollköld og það lekur af þeim tilbúin gervirigningin. Með aðdráttarlinsunni má stækka upp einn regndropa á gleraugunum eins og daggardropa á rósarblaði. Já, einmitt eins og daggardropa á rósarblaði, þannig myndi hún hafa það. Þá er eðlilegt að hann spyrji.

– Má ég kyssa þig?

– Klippa.

Leggja síðan gegnblautar buxurnar á stólbakið rétt við rúmið og kinnina við lærin, rök og ísköld.

XIX

Þeir sem fæðast á eyjunni þetta vor, fæðast inn í þurrt ryk og kalda sól.

Skyndilega er allt opið á nýjan leik og ekki lengur daglöng nótt til að vefja sig inn í og skýla sér á bakvið í turninum. Það er nístingskalt á norðan, heiðblár himinn, opinn og víður eins og hafið, og ekki vottur af skýi yfir henni berskjaldaðri eins og skóglausri eyjunni þegar hún kuðlast undan sænginni inn í morguninn. Með höfuðið fullt af gulum fjallalækjum sem streyma til sjávar eftir nóttina.

Hún kemst ekki undan því lengur að vakna í dagsbirtu og sofna í dagsbirtu og hvít köld birtan á eftir að magnast dag frá degi án þess að hún fái nokkru um ráðið, smjúga inn um gluggatjöld, undir sængur, um myrkvuð skot og rökkvaða afkima, þar til hún finnur sér loks varanlegan samastað undir augnalokunum í kringum uppstigningardag. Það mun gerast innan fárra vikna.

Í fyrrinótt dreymir mig að ég sé stödd úti í grösugum móa á eyjunni og komi þar að dálítilli laut sem er full af fagurbláum bláberjum á stærð við snjóbolta. Safaríkum og svo þungum og matarmiklum að eitt þeirra hefði nægt til að seðja hungraða konu. Í miðri hrúgunni situr þú brosandi. Hvað mér þykir vænt um þig, stóra stelpuskott.

Þeir eru tveir pappakassarnir og báðir límdir aftur með brúnu límbandi. Innihaldið er áþekkt í báðum, ljósmyndir í hundraðatali og ýmiss konar smádót og pappírar, mest handskrifaðir, mikið af fjöðrum (heilu fjaðrabúntin), stakur þvottapoki, fjöldi sendibréfa, prjónaður galli af ungabarni, hnepptur á öxlum, tilraunaglas, stílabók, dúkka með kassalaga gat á bakinu og neðst á botni annars kassans samanbrotin blá karlmannspeysa. Kíkirinn er hvergi sjáanlegur. Myndirnar eru flestar af fuglum og eggjum, hver myndin annarri lík, fugl eftir fugl, egg eftir egg. Hún flettir hratt í gegnum þær, sumar myndanna eru klesstar saman og þarf að flysja varlega sundur, víða koma þó hvítar skellur yfir lappir fuglanna eða bringu. Þrjár myndir eru sér á báti í kassanum og hún tekur þær frá. Ein er af brosandi kornabarni í baði með mikið dökkt hár og sápufroðu í hárinu, önnur af stúlkubarni nokkru eldra sem situr skorðað milli tveggja þúfna með grænar slaufur í hárinu og rjúpuunga í fanginu. Barnið lítur út fyrir að vera skelkað. Þriðja myndin er af alvarlegri og grannri stúlku í úlpu með tréstafi í höndunum og skólatösku á bakinu.

Stílabókin er þéttskrifuð með smáu letri, mikið um útstrikanir og skammstafanir og skriftin víða illlæsileg. Á síðustu blaðsíðunni stendur skrifað greinilega með prentstöfum.

> Ýmislegt annað er líkt með konum og fuglum; aðlögunarhæfni, hreyfanleiki, eirðarleysi í kroppnum þegar sólargangur styttist eða lengist, löngun til að færa sig úr stað. Það kann að stafa af því að tímaskyn fugla er líkt og tímaskyn konunnar tengt hormónum.

Hún klæðir sig í bláa peysuna og þríbrettir upp á ermarnar. Nú eru síðustu forvöð að sinna því sem hún þarf að sinna með sjálfri sér um nótt í turninum, skipuleggja uppgönguna, skref fyrir skref. Hún þarf þó ekki birtuna til að segja sér að vorið sé á næsta leiti, finnur það á lyktinni undan skaflinum.

Lyktarskyn hennar er sérlega næmt. Henni nægir að finna lykt af kardimommum og hún man þegar hún sat í barnastólnum og var ekki farin að skríða eins og önnur börn, heldur ýtti sér áfram á rassinum eins og gömul betlikona á arabísku torgi.

– Þú vóst þig um á höndunum, fæturnir rétt eins og selshreifar.

Nína æpir upp yfir sig þegar hún læsir beittum, nýsprottnum tönnunum í úlnliðinn á henni og rykkir í svo gerðarleg höndin sem hefur nýlokið við að hnoða í hálfmána kippist til og lyftist upp að augum hennar svo útsýnið yfir heiminn hverfur. Það er fyrsti sólmyrkvinn í lífi hennar. Nú sér hún ekki neitt lengur, ekki grautarskálina, ekki Nínu. Hún hættir að japla á hendinni og nuddar augun sín. Augun hennar.

– Hana klæjar í góminn, litla skinnið. Jaxlarnir eru að koma upp, segir Nína.

Elskan mín, þakka þér fyrir bréfið. Það er blendin tilfinning að vera komin aftur í menninguna þótt vissulega sé mjög fallegt hér í sveitinni og ég sjálfsagt hvíldar þurfi eftir frumskógarlífið. Ég ligg mest í leti úti á veröndinni, úða í mig fíkjum og eplum og safna kröftum fyrir næstu törn í lífinu. Kirsuberjatrén eru í blóma þessa dagana og það er stjanað við mig. Það er svo hljóðbært í logninu að jafnvel hvísl berst um hæðirnar á milli nágranna. Ýmis plön eru breytt en ég á þó enn frekar von á því að koma heim í vor. Nema þið komið út. Saknaðarkveðjur.

Það er bara einn skafl eftir í garðinum en grasið er ennþá gult og stökkt. Garðurinn er óumdeilanlega fullur af ljósi, það flæðir um allt. Hér þarf að taka til höndum eftir nóttina og vinna vorverk, pjakka í hálfþiðna jörð, tína rusl úr runna, upplitað bréf af súkkulaðikexi frá því í fyrrahaust, tvær máðar rakettur sem hafa fallið til jarðar frá þeim á númer fimm á gamlaárskvöld og dauðan fugl af stéttinni. Það sem hún hafði talið vera frostbólginn lopavettling af barni, gráan með tveimur svörtum prjónaröndum, kannski fullan af möl eða smásteinum, reynist hafa fuglsgogg, fiðrað stroff og olíubornar rendur. Hún dregur djúpt að sér tært vorloftið, tekur hann upp og stingur í tunnuna með hinu draslinu. Hún er næstum hamingjusöm.

Hérna hangi ég og geri bókstaflega ekki neitt nema ef ég gríp í bók. Þótt ég gæti vart haft það betra, þá stend ég sjálfa mig að því að sakna Afríkutunglsins úti á verönd ein á nóttunni. Auðvitað sakna ég þó fyrst og fremst þín. Ef ekki væri fyrir engisspretturnar þá væri kyrrðin næstum algjör eins og heima. Við erum bara tvö ein eins og er og því máttu trúa að annað okkar er listakokkur. Í hádeginu var pasta með smokkfiski og meðan ég skrifa þér er verið að elda kálfalifur í appelsínusósu. Ég lifi því eins og blómi í eggi. Hlakka til að heyra frá þér. Vonast jafnvel til að fá þig út í haust eða í síðasta lagi næsta vor.

Nína er á kóræfingu og ísskápurinn opinn og fullur af ljósi. Það er ljós í lýsinu, smjörinu, eggjunum og það flæðir niður á flísalagt gólfið. Í miðju ljósinu stendur skonsa með hangikjöti á brydduðum kökudiski.

XX

Nína setur nálina á plötuna. Það er Fjallið eina, fyrir kór og einsöng. Hún lætur ekki rispurnar trufla sig.

– Hvað segirðu um að taka eina skák fyrir háttinn? Þær sitja hvor í sínum hægindastólnum, hún með heitt mjólkurbland, Nína með sérrí. Páskaeggið er í molum á milli þeirra. Taflborðið er hringlaga, úr gylltu látúni sem þarf að fægja reglulega og stendur í borðstofunni. Ættað úr útlendu skipi sem steytti á skeri úti fyrir sandströndinni hennar fyrir þrjátíu árum, líkt og ljósakrónan sem hangir yfir taflborðinu. Þær bjuggu á góðum strandstað á eynni sem hafði gefið af sér margt nýtilegt, að vísu minna á síðari árum, að minnsta kosti ekki lengur koníakstunnur og kristallsljósakrónur. Á páskum var borin skósverta á svarta hamraða reiti borðsins og pússað yfir.

– Hvítt eða svart?

– Svart.

– Mér datt í hug, Ágústína mín, hvort þú gætir ekki

reynt að gera eins og kennarinn ætlast til, að minnsta kosti með reikninginn og haft svo þína hentisemi með annað í turninum.

– Af hverju fór hann frá henni?

– Viltu endilega ræða það núna?

– Já.

– Það stóð, held ég, aldrei til að hann yrði kjur, maðurinn. Hann bankaði upp á hjá henni seint um kvöld þegar aðrir voru sofnaðir og hún sat við eldhúsborðið og var að láta sultu á krukkurnar fyrir mig, jós með lítilli ausu úr stórum pottinum sem stóð á eldavélinni og lét þykkt, rauðbrúnt, seigfljótandi sírópið leka hægt um þröng krukkuopin. Þú veist hvernig það gengur til. Það var í ágúst að áliðnu kvöldi og úrhellisrigning að austan. Ætlarðu fram með riddarann strax?

Skipið hafði komið inn með bilaðan radar eða lausa skrúfu, þótt sumir héldu því reyndar fram að áhöfnin hefði verið svo niðursokkin í rannsóknir á hvölum að hún hefði hreinlega týnt skrúfunni og þurft að fá nýja. Búið var að gera við og skipið að leggja úr höfn. Það hafði tekið viku. Sögusagnir um að skipverjar hafi átt í vafasömum viðskiptum við bæjarbúa áttu, held ég, ekki við rök að styðjast. Móðir þín var öll í fuglunum, hann á kafi í hafinu, ég hygg að þau hafi mæst á miðri leið í rabbabaragarðinum.

Ekki hef ég heldur trú á því sem sagt var að fleiri konur en hún mamma þín hefðu gefið honum sultu, hélt Nína áfram og drap peð með biskupi.

– Ég veit svo sem ekki hvað þeim fór í milli í smáatriðum, annað en það sem móðir þín sagði mér að þeir sigldu í skjóli nætur og að hann hefði stokkið um borð á elleftu stundu. Verið rétt að því kominn að verða eftir.

Hún lét hann hafa tíu krukkur með sér. Hann vildi endilega gefa henni uppskrift að rabbabarafreyðivíni sem hefði gengið mann fram af manni í ætt hans í fimm hundruð ár og var að hans sögn sáraeinfalt í framleiðslu. Það byggðist á því að koma gerjun af stað með banönum.

Á þessum árstíma var enga banana að fá í bænum svo hann dró tvo banana úr pússi sínu að skilnaði og sagðist mundu koma aftur þegar þyrfti að leggja vínið til. Móðir þín borðaði báða bananana fljótlega eftir að hann fór úr húsi það sama kvöld.

Eflaust hefði mátt reyna að nýta sér uppskriftina og leggja þar með grunninn að framtíð þinni sem rabbabarafreyðivínsframleiðandi á eyju þar sem ekkert korn og engin vínber vaxa. Ég segi nú svona.

– Annars sýnist mér þú vera að hafa það eina ferðina enn. Ekki veit ég hvar þú hefur lært þessar kúnstir. Tökum eina enn.

– Og hvað svo?

– Skipið var búið að leysa landfestar og var að síga frá bryggju þegar hann kom hlaupandi á fleygiferð suður hafnargötuna og stytti sér leið yfir tvöfalda gaddavírsgirðingu með plastpokann í annarri hendi.

Ég fer ekki út í smáatriði en það var fullt tungl þótt

þess nyti ekki þar sem þoka var og rigning. Það var verið að landa manndrápshákarli við bryggjusporðinn. Fólk sem fór seint í háttinn þetta kvöld minnist þess sérstaklega hversu hratt hann hljóp og einn maður hefur sagt mér og raunar svarið að þar væri kominn atvinnuspretthlaupari, jafnvel stangastökkvari. Enda margir afburðamenn á ýmsum sviðum á meðal vísindamannanna á skipinu.

Þegar hann var rétt ókominn að bryggjusporðinum kom á hann greinilegt hik og hann stansaði augnablik. Lagði síðan varlega frá sér pokann, tók tvö eða þrjú yfirveguð skref aftur á bak og hljóp af stað aftur, spyrnti í bakkann og kastaði sér í átt að skipinu sem mönnum bar saman um að hefði verið búið að leysa landfestar og verið að síga frá bryggju. Hvert ætlar hún með kóngsriddarann, stelpan?

Einn mann hef ég heyrt segja að hann hafi spólað í landgangsopinu og fallið við.

Það var krafturinn og viljastyrkurinn sem fleytti honum um borð. Það er enginn vafi á því að faðir þinn var gæddur seiglu, viljastyrk og krafti yfir meðallagi, auk talsverðs hugrekkis sem birtist fyrst í því að hafa ætlað að brenna allar brýr að baki sér og verða eftir og síðan að þora að snúa aftur til skips og stökkva. Það var deginum ljósara að maðurinn þorði að taka ákvarðanir. Og ekki bara einu sinni, heldur tvisvar.

Það eru mjög fáir sem þora að taka ákvörðun svo oft í lífinu og bera ábyrgð á henni. Fæstir ná því að velja tvisvar, hvað þá þrisvar. Geta í mesta lagið valið sér úr makkintosskálinni. Nei, ganga alltaf að sama molanum vísum í álbréfinu, þekkja litinn á bréfinu eins og tilraunamýs í búri og ganga að því fumlaust. Hefurðu tekið eftir því, Ágústína mín, hvað það veldur fólki miklum sálarkvölum, það dettur beinlínis út úr samræðum í fermingarveislum, ef það finnur ekki fjólubláa álbréfið sitt. Hvað fólk fyllist miklu óyndi þegar ekkert er eftir að velja úr nema karamellur. Fólk er almennt ekki mikið fyrir að prófa eitthvað sem það þekkir ekki í þaula eftir tuttugu og þriggja ára aldurinn. Þannig geta menn haldið dampinum og gengið að lífi sínu vísu þangað til eitthvað kemur upp á.

Krukkurnar urðu hins vegar eftir í pokanum á bryggjunni og sjálfsagt hefur hann horft á plastpokann minnka og fjarlægjast á hafnarbakkanum þar til hann var orðinn að títuprjónshaus og síðan hefur hann eflaust stækkað og vaxið aftur þegar hann var kominn út á hafið og fyllt hugann af blendnum tilfinningum. Kannski hefur honum verið óglatt.

– Og ég varð eftir.

– Já, þú varðst eftir en líklega vissi hann aldrei að hann hefði skilið eftir augun sín á eyjunni.

– Af hverju kom hann ekki aftur?

– Ég er viss um að hann ætlaði sér að koma aftur. Það hefur eitthvað komið upp á sem hann hefur ekki ráðið við, hugsanlega kona. En ég fer ekki ofan af því að viljastyrkurinn og krafturinn hafa skilað sér frá honum til þín.

– Nema í lappirnar.

– Jú, líka í fæturna. Staðfesta og hugrekki getur vel búið í fótum, burtséð frá því hvort menn geti gengið hjálparlaust eður ei. Þeir eru alltof margir sem nota fætur ekki til annars en að koma sér undan óþægilegum kringumstæðum í lífinu. Í bili myndi ég hafa meiri áhyggjur af lungunum í þér. Eins vil ég ekki að vinur þinn sitji uppi í turni fram á rauðanótt.

XXI

Fátt er betra en að fara um kunnuglegar slóðir í þoku, teygja fótinn inn í þokuna án þess að snerta jörðina, án þess að hafa fast land undir fótum, vita ekki hvað tekur við, hvernig heimurinn er í lögun, hversu breiður hann er, víður og djúpur, vita ekki hvort hengiflug er fyrir handan þegar hljóðlausir fætur stíga niður í ljósgrænan mosasvampinn og grængresið sem teygir sig upp úr sinuflókanum.

Hvatningarhrópin drukkna við taktfast skvampið í fjóludimmum sjónum.

– Áfram, Ágústína.

Hún situr ein í bátnum og rær og rær og finnur kraftinn undir fótunum og hvernig henni vex ásmegin með hverju áralaginu. Strákarnir hafa ekkert í hana, hér er hún á heimavelli, í höndunum og hausnum er hún sterkari en þeir, kannski öðruvísi, en sterkari samt. Eins og það skipti máli. Þeir fundu sig sigraða áður en keppni var lokið og byrjuðu að fíflast við óskipta athygli nokkurra stúlkna úr yngri bekkjum á bakkanum, þóttust krækja saman árunum sem endaði á því að einn úr andspyrnuliðinu kastaði sér útbyrðis við nokkur fagnaðarlæti aðdáenda í landi.

– Áfram, Ágústína.

Það er Salómon. Hún er ótvíræður sigurvegari, getur hætt að róa, lagt árar í bát, hallað sér aftur á bak á þóftuna, bandað frá sér kríunni og látið sig reka upp í flæðarmálið. Um leið og þokunni léttir af útlínum heimsins, koma hlutir í ljós með reglulegu millibili og raðast aftur inn á sviðið. Fjallið eina, stærsta misfellan í landslaginu, er þar á meðal.

– Til hamingju.

Salómon stendur fyrir framan hurðina með gríðarstóran uppstoppaðan fugl í fanginu. Hann var næstum jafn stór og álft, nema hálsstyttri, svartur og hvítur.

– Þakka þér fyrir.

Hann heldur á fuglinum inn fyrir hana.

– Þetta er himbrimi, alfriðaður af brúsaætt og veiðist aðallega óvart og er yfirmáta bragðgóður þegar búið er að fylla hann með sveskjum og baka í ofni. Mamma og systir hennar fengu tvo í silungsnet í haust, við borðuðum hinn, óþarfi að láta hann hanga. Þær voru eiginlega búnar að kaffylla bátinn og í síðasta kastinu fá þær ekki fisk heldur fuglinn í andarslitrunum og síðan annan af sömu ætt sem líka hafði drukknað, þeir voru hugsanlega par.

– Það er eins með álftarungana, þeir eru ótrúlega

meyrir og kjötið á þeim er á við heilt lamb og endist í marga afganga, rétt að við kæmum unganum í heilu lagi inn í ofninn. Síðast þegar Venni útvegaði okkur álft urðum við að láta hana hanga svona hálslanga úti á svölum í nokkra daga og það vantaði ekki spurningarnar og forvitnina. Við bjóðum ykkur Nínu í mat næst.

– Mamma lét sérstakar glertölur í augun, þess vegna er hann með svona óvanaleg augu. Þau lýsa í myrkri, hún biður kærlega að heilsa.

Áður en hún veit af er hann búinn að draga gluggatjöldin fyrir vorbirtuna í turnherberginu og myrkva og lagstur á rúmið.

Nína var búin að dúka borð fyrirfram til að halda upp á sigurinn og afmælið, baka vöfflur, þeyta rjóma og smyrja flatkökur fyrir fjölda manns. Það komu fáir en Salómon fór síðastur, sat einn eftir á móti Nínu við eldhúsborðið. Á milli þeirra var stafli af hjartalaga vöfflum. Hún húkti upp við ofninn og laumaði við og við brosi inn í frásagnir Nínu.

– Ég fann það strax að það byggi í henni Ágústínu minni allt sem til þurfti til að hún yrði úrvals íþróttamanneskja; mikið keppnisskap, einurð, úthald, vilji, drenglyndi. Það þurfti bara að finna eitthvert sérsvið þar sem hún gæti notið sín. Og eins og oft leitaði ég svara í öðrum heimi. „Það eru lagðir í hendurnar á mér tveir trépinnar“, sagði miðillinn. Búið. Og með það sendir hann mig út í suddann. Vildi ekkert segja meira. Það gátu verið matprjónar sem hefðu þýtt ferðalög um Austurlönd og framandi matargerðarlist, það gátu líka verið trommukjuðar, tónsprotar eða panflauta sem hvert um sig hefði vissulega vísað til ótvíræðra tónlistarhæfileika hennar. Ég lét Ágústínu um að ráða í gátuna og hún valdi sér fyrst óbóið og síðan árar sem mér hafði ekki dottið í hug en er vissulega nærtækt með sjóinn alls staðar nálægan og allt um kring. Sagðist ætla að taka þátt í róðrarkeppni í vor. Að róa er vís leið til að komast burt frá eyjunni á eigin verðleikum og Ágústína þyrfti að fara að komast héðan burtu.

Salómon var staðinn upp.

– Hvað segirðu um að koma á hestbak? Það saknar enginn hestanna smástund. Nokkra tíma. Við getum farið upp í gil.

Þau fylgdu ánni sem liðaðist sjálfkrafa eftir dalbotninum og tóku stefnuna á hvamminn. Riðu hlið við hlið, svo nálægt að fætur þeirra strukust annað slagið við stríðþanda og heita kviði hesta hvors annars, þvældust saman og fjarlægðust síðan spölkorn. Hjá mjaðjurtinni, mjaðmahárri innar í gilinu, lagði úðamökk frá fossinum, þar í kring iðjagræn mosabreiða, sjálflýsandi flosteppi að láta sig falla niður í, annars staðar og allt niður í bæ, sinubrenndar þúfur, svartir broddar, líkt og sviðnar gæsabringur og römm sviðalyktin, strengur í loftinu.

– Ertu að spá í að fara burtu og taka próf eins og mamma þín?

– Mamma vill fá mig til sín. Ég fer kannski út í haust.

– Það verður tómlegt hérna. Annars getur verið að við flytjum líka. Mömmu býðst að taka að sér kór fyrir austan.

– Ég á þó frekar von á því að við verðum kyrrar, Nínu finnst hún of gömul til að fara, svo er líka leikfélagið. Það er spurning um að láta gera við þakið og skipta um rennu og tilheyrandi.

Steingrár hesturinn sem verið hafði stilltur tekur allt í einu viðbragð, snýst á hæli og tekur stefnuna út í brennda náttúruna. Hún er komin á fleygiferð á baki dýrsins um svarta móa og jörðin að hverfa undan fótum hennar. Salómon kallar eitthvað til hennar. Jörðin gengur í bylgjum undan fótum hestsins, undan fótum hennar, í fellingum út undan henni. Hana kitlar í magann og hún beygir sig niður og finnur lyktina af stórum, heitum skrokki dýrsins. Hún er komin með flugfætur og ræður engu um áfangastað, fæturnir slettast lausir með síðunum og hvetja hestinn til frekari átaka við gaddavírsgirðingu og skurð, hálffullan af mógruggugu vatni og leðju. Hún er í lausu lofti og hitinn og krafturinn frá hestinum hríslast um líkamann, út í handleggina og axlirnar og um hendurnar sem halda fast um beislistauminn.

Salómon kallar til hennar að halda sér fast og hún hjúfrar sig að makka dýrsins. Hún og dýrið eru eitt, það hleypur fyrir hana eina. Henni þykir undurvænt um hestinn. Skyndilega snarhægir skepnan ferðina og stingur við fótunum svo hún rennur fram yfir höfuð dýrsins, milli eyrnanna og af baki. Hún kemur niður í stingandi þúfnakargann og Salómon er nær jafnskjótt kominn upp að henni. Það liggja sex módröfnótt egg í sviðnu hreiðri rétt við fætur hestsins. Stór fugl kemur af himnum ofan og stefnir beint á hana.

XXII

Það dimmir ekki lengur og tíminn er farinn að standa kyrr, að endast og endast. Sumarið á eyjunni varir í sjö vikur, birtan hins vegar miklu lengur og tíminn þar til fer að dimma aftur virðist á þessum morgni endalaus. Hana vantar svo sárlega nótt, ramma utan um samfellda dagana, hlé í tímann, að geta gengið að skilrúmi á milli daganna, jafnvel næfurþunnri blæju, til að geta byrjað með spánnýjar áætlanir á nýjum morgni.

Eina huggunin er að geta lesið að vild inni í ljósbláum birtuvöndli næturinnar án þess að paufast með náttlampa eða vasaljós í turninum. Með bókina úti á gluggasyllu og olnbogana sinn hvorum megin við bókina, ótrufluð af öllum nema fuglinum, um bjarta nótt og sjórinn ládauður rétt fyrir neðan.

Eða klöngrast út í mannlausa og hljóðstíflaða nóttina, berfætt í stígvélum og náttkjól með stafina trygga við síðuna að vökva sofandi stjúpmæður og lyfjagrös og dytta að hinu og þessu smálegu í garðinum. Tína upp fugla sem höfðu gleymt að fljúga eða tekið skakkt mið þar sem þeir létu sig svífa sofandi yfir eyjunni og hrapað í blautt og loðið grasið í einkagarðinum hennar. Hún tekur þá upp volga, gælir við fjaðrirnar, finnur hvernig hjartslátturinn fyllir út í fiðraðan smábúkinn, strýkur hjartsláttinn smám saman burt, nokkrar þéttar strokur og hendir í tunnuna. Ef þeir lenda bakvið stein eru þeir stundum farnir að losna í frumparta, vængur, bringa, læri og nokkrum dögum síðar er bara hjartað eftir.

Lóðrétt puntstráin dufla við faldinn á náttkjólnum mitt í brakandi náttúrunni og köld og rök næturjörðin undir, ekki vænlegt að velta sér upp úr dögginni undir slíkum himintunglum. Í ágúst eiga stráin eftir að kitla uppistandandi fólk undir handarkrikum eina ferðina enn.

Augnablikin endast afskaplega stutt en þau má teygja verulega á langinn í svartri sandfjörunni á daginn, á einkabaðströnd hennar, baðaðri kaldri sól, kjaftfullri af ljósi, þar sem hún teygir úr sér í svörtu og grænu bikiníinu með skeljaskreyttan nafla. Spelkurnar liggja við hlið hennar eins og hjúpur af óþekktu lindýri. Í birtunni gerist allt svo hægt að hún getur hugsað margt í einu. Tímabundin huggun þegar venjulegt fólk er á sífelldum hlaupum og stelpurnar í stuttbuxum og pilsum dag eftir dag.

Í myrkrinu eru allir jafnir. Þegar þarf að berjast í stormi og hríð við krappar lægðir stendur hún jafnfætis hinum. Nei, í mótlætinu og baráttunni stendur hún ekki jafnfætis hinum heldur framar. Í baráttunni er hún í essinu sínu.

Sjórinn gúlpast upp og niður og víðáttan og þögnin í sumarfjörunni vekja henni ógleði. Svona opinn heimur og öryggisleysið hellist yfir hana. Alls kyns pöddur og kvikindi hafa lifnað við og eru sýnileg allt í kringum hana í smásjánni sem hún fékk í afmælisgjöf frá útlöndum. Þar fyrir utan hefur hún ekki fengið bréf í fimm vikur. Án þess að hún sé beinlínis að hafa áhyggjur. Fólk hefur um svo margt að hugsa.

Hún dregur djúpt að sér andann svo mittið er nánast bara húð og nafli. Þar liggur miðja heimsins og fingurnir sem draga grannan, opinn snigilþráð í sandfölina eru saltir eins og þurrar varirnar, hnén og lærin.

Hvernig sem á það er litið nær blindandi norðursólin ekki að verma yfirborð heils líkama. Tærnar eru alltaf útundan eins og þegar maður er að vaxa upp úr barnasænginni. Höfuðið er oftast kalt líka, það finnst enginn varmi í hnakkagrófinni og eyrnasneplarnir eru tæplega volgir. Svo má fólk búa við það annars staðar að vera að skrælna úr hita og þurrki í kverkunum árið um kring.

Það er sami fuglinn og áðan sem hnitar órólegur yfir henni hring eftir hring. Hún er pollróleg þegar hún mundar riffilinn, miðar á vængjaðan sendiboða almættisins og tekur í gikkinn. Fuglinn snarsnýst í loftinu og fellur í lykkjum til jarðar, bringan flakandi sár og skellur niður rétt við fætur hennar.

Það besta við hafið sem flæðir í kringum eyjuna er

að það nær alla leið til útlanda. Það gefur ýmsa möguleika í stöðunni. Ótrúlegt hvað hún hefur breyst mikið síðan í fyrrasumar. Hún er ekki lengur urta á útskeri heldur hafmey sem dregur á eftir sér lokkandi sporðinn og leiðir menn í hafvillur. Í grænum pallíettukjól eins og stjörnur bíómyndanna hafa klæðst í mikilvægum kvöldverðarboðum í gegnum tíðina. Og hún myndi dusta svartan sand fjörunnar úr sporðinum (aldrei að vita hvers nokkur svört sandkorn eru megnug á sólgylltri sandströnd) áður en hún legðist í sólbað á gylltri strönd einhvers staðar í nánd við varpsvæði flamingófugla. Og léti öldurnar freyða á sporðinum eins og bleikt kampavín. Síðan klæðir hún sig rólega úr heitum hamnum og skilur hann eftir í fjöruborðinu. Á meðan hlustar hún á hrossagaukinn sem er kominn langt norðan að líkt og hún að eyða vetrinum á suðrænum slóðum.

Hún danglar í sundurslitinn fuglinn með sporðinum, svo heppilega vill til að rétt handan við er mikið djúp þar sem öldurnar kútveltast fram og til baka. Eftir nokkur augnablik verður hann horfinn.

Hún tekur kuðunginn upp og leggur við eyrað. Þá heyrist lagið, lágir, brotnir tónar, slitróttir, ekki samfelldir. Síðan sami tónninn endurtekinn aftur og aftur hjá strokhljóðfærunum, líkt og þegar spennan magnast stig af stigi og ófyrirsjáanlegir, jafnvel ógnvekjandi atburðir liggja í loftinu. Hér eru pákurnar við hæfi, fyrst létt nokkur dumb högg og síðan af vaxandi styrk þar til gylltir málmdiskarnir skella saman og gæsahúðin skríður út um sólbakaðan sumarlíkamann um leið og svart ský dregur fyrir sólu. Þegar fæturnir kólna er hugsunin skýrust. Slíkar eru staðreyndir líkama og náttúru.

Það er flautað hjá klöppinni þar sem hún hefur skilið eftir hluta af fötunum. Hún safnar blöðunum í flýti saman, rúllar þeim upp, treður niður stútinn á flöskunni og setur tappann í. Nei, þar var hún heldur fljót á sér, gleymir næstum pje essinu.

Salómon er á hraðri leið niður í fjöruna til hennar. Hann heldur á tveimur ísum. Hún mundar riffilinn, það er ekki orðið svo áliðið og tími til að skjóta einn fiðraðan enn.

XXIII

Himinninn er ruður og margar flugvélar á lofti samtímis. Hljóðin eru að fjara út í bænum þegar hún reimar á sig gönguskóna. Nína liggur uppi í sófa með ævisögu heilagrar Bernadettu.

– Það mun hafa verið í slíku skyggni og við svipaðar aðstæður sem Kristur steig aftur upp til himna á gulu skýi, ég sé hann alltaf fyrir mér dálítið þunglyndislegan til brúnna augnanna. Komdu ekki of seint í kvöldmat. Vermundur ætlar að líta við, svo virðist sem hann sé kominn með konu sem gæti þýtt að heimsóknum hans til okkar fari að fækka. Það verður silungur og kakósúpa.

Blár vörubíllinn stefnir upp á heiðina, vegarspottinn hangir utan í fjallinu, inn gilskorninginn framhjá kirkjugarðinum og snarbratt niður á malareyrina, út um hliðargluggann hjá henni. Einhvers staðar milli skaflsins sem mótar fyrir ofarlega í hlíðinni og skýjaflókans er efsti steinn fjallsins. Það er sægur af fuglum á veginum, aðallega ungar rjúpur.

– Þeir drepa okkur einn daginn, þessir fuglar. Kunningi minn lenti í þeim og fór þrjár veltur áður en hann endaði ofan í skurði.

Ullargult rykið spænist upp úr veginum og liggur í strók aftur undan bílnum. Hún situr þögul frammí, við hlið bílstjórans. Niður úr speglinum hangir ilmspjald með mynd af ungri konu með sítt gult hár í doppóttu bikiníi sem hoppar eins og sprelligosi í bandi.

– Hér verður ekki malbikað úr þessu, segir hann og býður henni kóngabrjóstsykur.

Fjallið eina er miðja og möndull bæjarins. Hún er búin að kanna það frá ýmsum sjónarhornum og áttum en hefur aldrei nálgast það héðan af heiðinni fyrr. Úr fjörunni er það nokkurn veginn eins og fjólublár draumur, ekki ósvipað og á árlegri sölusýningu myndlistarklúbbsins í skálanum. Leiðbeinandinn dró útlínur þess og formræn sérkenni þjálfaðri hendi á töfluna og útskýrði mögulegar litasamsetningar nálægðar og fjarlægðar, mikilvægis og lítilvægis. En jafnvel þótt rætur þess lægju niður í garðana í efstu húsunum þá var það aldrei brúnskellótt og gráhnúðótt á olíubornum myndunum líkt og út um bílgluggann hennar, aldrei krefjandi eða moldugt. Bæjarbúar voru heldur ekki gefnir fyrir fjallgöngur og fæstir höfðu spurnir af Fjallinu eina í návígi.

– Svo þú ert að fara í grös. Ertu viss um að þú verðir sótt á eftir? Hann gýtur augunum á hækjurnar.

Hún tekur í höndina á bílstjóranum og þakkar kærlega fyrir farið.

Á vinstri hönd er afleggjari sem virðist ekki liggja neitt og skilti sem á stendur „Einkavegur, óviðkomandi bannaður aðgangur", á hægri hönd er Fjallið eina.

Héðan í frá liggur leiðin eingöngu upp á við. Það besta við það að ganga á fjall er að það er aðeins um eina leið, einn möguleika, um eina átt að ræða. Að fara upp í móti. Engin hætta á að leiðast út í hjágötur, lenda í útúrdúrum eða freistast í hringi þar sem hún fetar þröngan og forugan fjárslóðann tinandi skrefum, með lambaspörð og kramin og blaut grös út um allt. Mest maríustakkur og gæsalauf. Bögglast upp hinn þrönga veg, færir annan fótinn fram fyrir hinn, upp lóðrétta jörðina. Það reynir á upphandleggsvöðvana. Upphækkuð jörðin fylgir henni tryggilega eftir í hverju skrefi og ekkert sem glepur og dreifir huganum í svo mikilli hæð. Ekki einu sinni skeytið frá í gær. Aðeins þrjú orð á kremhvítum næfurþunnum silkipappír.

Fæddur bróðir.
Mamma.

Það er ennþá klaki undir yfirborðinu og erfitt að fóta sig en hún vex með hverju skrefi.

Áttahundruð fjörutíu og fjórir metrar úr fjörunni, líklega ekki nema sexhundruð og fimmtíu metrar af heiðinni. Vænlegast að taka fjögur skref í einu og stansa svo. Fjórir ganga upp í átta hundruð fjörutíu og fjóra, tvö hundruð og ellefu sinnum, hún myndi því hvíla sig tvö hundruð og ellefu sinnum á leiðinni. Yrði komin upp á topp í nótt, í síðasta lagi undir morgun, svefnlaus en óþreytt í næturbirtunni. Síðan niður aftur sömu leið. Þegar hún kæmi niður af fjallinu yrði heill hafsjór af nótt liðinn hjá. Nína myndi bíða með silunginn. Hún var ekki vön að gera sér rellu út af smámunum.

Hún tæki fjögur, í mesta lagi átta, í allra mesta lagi tólf skref til viðbótar, síðan myndi hún sjá sér út heppilegan stað að staldra við á, henda sér niður í mosagrjótið, losa fyrsta steininn úr skónum og stinga upp í sig rönd af römmu bökunarsúkkulaðinu. Brjóta sér eina lengju langsum. Hún kemur sér fyrir á mosagróinni nibbu án þess að sleppa takinu af hækjunum, laglegt ef þær tækju upp á því að rúlla einhvers staðar fram af. Nóg var af grjótinu að tylla sér á, þótt hún væri enn ekki komin úr mosanum upp í urðina.

Síðan er að draga landakortið upp úr brjóstvasanum, breiða úr því á hnjánum, slétta úr brotinu og skima eftir kennileitum með hjálp áttavitans. Landið liggur marflatt og útbreitt fyrir fótum hennar, fjallið svo rennislétt og hnökralaust að má strjúka fingri yfir, ár jafn meinlausar og blá pennastrik. Kilimanjaró fyrir miðju kortinu, í beinni sjónlínu, rétt við miðju heimsins.

Kyrrstaða er ekki æskileg og því er að rísa aftur upp með moldarbragð í jöxlunum og rjúpnalauf í lopapeysunni. (Þetta verður síðasta peysan sem ég prjóna á þig, ég fer að hætta þessu, hafði Nína sagt), rétta úr magnþrota hnjám og drífa sig af stað til að ná úr sér hrollinum. Setja þungann fram og upp á við og gæta þess að festa hækjurnar ekki í urð. Sundla af víðsýninu, renna til, bera hendurnar fyrir sig og grípa í lyng. Það leit út fyrir að verða sæmileg berjaspretta í ár.

Enn er geysilega langt eftir. Brattinn er meiri en hún hafði gert sér í hugarlund og jókst með hverju skrefi, auk þess sem fjárgatan þrengdist eftir því sem ofar dró. Það var rétt hjá Nínu, hún ofgerði lungunum. Bráðum, þegar hún kemur að skriðunni, hætta skepnurnar sér ekki ofar og þá endar troðningurinn. Þá myndi hún staldra við og hvíla sig augnablik á nýjan leik. Og svo aftur. Og síðan enn á ný. Henda sér niður, sveitt og móð með lokuð augun og finna hvernig hjartað berst undir peysunni. Jafnvel finna sér heppilega gjótu að leggja sig í til þess að geta vaknað á fjallinu, gjarnan dálítið hallandi upp á útsýnið. Það dimmdi ekki lengur svo hún myndi loka augunum um bjarta nótt og hugsanir rynnu eins og skuggamyndir yfir augnalokin, líkt og stjörnuglit á bláum dúk. Það yrði blánóttin hennar á fjallinu. Kannski yrðu bæði tungl og sól á lofti samtímis. Standa augnablik á landamærum dags og nætur, stíga síðan rykugum skóm klukkan tvö fimmtíu og átta yfir steininn sem skilur að gærdaginn og morgundaginn, einmitt þennan stein já, meðan rauð sólin hverfur augnablik bakvið eyjarnar og inn í græna rönd við sjóndeildarhringinn. Ferðast þannig frá einum degi til annars yfir mosavaxinn stein. Á morgun verður allt öðruvísi. Á morgun er hún ný manneskja.

XIV

Héðan í frá var allt að byrja að verða smærra og þegar hún yrði komin enn hærra upp færi allt að gerast hraðar. Bráðum yrði allt svo smátt að það skipti ekki máli lengur. Innan skamms myndi hún upplifa þá nautn sem fólst í því að vera fyrir ofan allt sem var fyrir neðan, laus úr hversdagslegu smotteríi með varanlega innbyggða yfirlitssýn vítt og breitt yfir mannlaust svið náttúrunnar.

Þá tæki hún myndina. Það er yfirlitsmynd með sjóinn golgrænan bakvið og fyrsta bát dagsins að koma inn á milli eyjanna úti á firðinum með hlýra og samþjöppuð húsin undir fjallinu, tvær eða þrjár rákir við rætur þess. Fólkið á eyjunni þurfti ekki lengur að kveikja ljós þegar það fór fram úr á nóttinni. Í mysingsgula húsinu er enginn á ferli. Það er að hverfa ofan í sinugróinn túnbleðilinn og punturinn nær upp á stofugluggann. Langt að baki er lárétt sandfjaran.

Nema hún beini linsunni fremur upp á við með

himininn einan í bakgrunni ásamt fuglunum sem skyndilega drífur að allt í kring að trufla óhagganlegt augnablik kyrralífsmyndarinnar. Þar er gamli vargurinn, en hvað er mófugl að gera svo langt uppi í hlíð?

Hún myndi stilla vélinni upp á mosagrónum steini rétt við þverhníptan hamarinn, haltra til baka og taka kuðunginn upp úr vasanum og leggja við eyrað. Það er óbó og harmoníka, langur og tregablandinn tónn. Þar skilur hún myndavélina eftir.

Með tærnar rétt á blábrúninni og sjóveikiskjálftann í hnjánum. Nokkrum föðmum neðar er hreiðrið. Hún setur tána í stein, hann vegur salt á brúninni áður en hann rúllar fram af. Fuglinn hefur sig hægt og virðulega á loft, eins og björgunarþyrla í leit að týndri stelpu í fjallinu. Nei, eins og gömul, brynvarin stríðsflugvél. Þungur skuggi vænghafsins leggst yfir hana og byrgir skamma stund sýn til splunkunýrrar sólar. Síðan þegar komið er upp í þrjátíu þúsund feta hæð eru frostrósir orðnar vel sýnilegar á glugga flugvélarinnar.